சதுரா சாகஸங்கள் - பாகம் 1

ஆறு துப்பறியும் கதைகளின் தொகுப்பு

சாய்ரேணு சங்கர்

ISBN 979-888503088-5

அப்பாவுக்கு...

ஸாயிக்கு...

பொருளடக்கம்

பொருளடக்கம்

பொருளடக்கம்

முன்னுரை

முன்னுரை

சதுரா துப்பறியும் நிறுவனம்.

தர்மமும் தயையும் தைரியமும் உயிர்க் கொள்கைகளாய் ஒன்று சேர்ந்த மூன்று இளைஞர்கள் நடத்தும் ஸ்தாபனம்.

தர்மா

இந்த நிறுவனத்தின் திறமையான ஆனால் எளிமையான தலைவன் தர்மபிரகாஷ் என்ற தர்மா.

தர்மா பெயருக்கேற்ற மாதிரி. தோழர்கள் அடிதடி விளையாட்டுகள் தேடிய போது படிப்பைத் தேடியவன். அவர்கள் கேர்ள்ஃப்ரெண்டைத் தேடிய போது பிஸினஸைத் தேடியவன். பியர், சிகரெட்டை நேசியாது புத்தகங்களை நேசித்தவன். எல்லோரும் மேனேஜ்மெண்ட், லீடர்ஷிப் படிக்கச் சொன்னபோது ஆன்மீகம் பழகியவன்.

படிப்பு முடிந்தவுடன் கோவை மண்ணையும், அப்பாவின் பணம் கொழிக்கும் மில்களையும் விட்டு விட்டுச் சென்னை வந்துவிட்டான். பாரத் பிரஸ் என்ற அச்சு நிறுவனம், பாரத புத்ரா என்ற வாரப் பத்திரிகை இவற்றோடு சதுரா துப்பறியும் நிறுவனத்தையும் நடத்துகிறான் தர்மா.

சதுராவினால் பல வழக்குகள் வெற்றிகரமாகச் முடிக்க இயன்றதற்குத் தர்மாவின் கூர்மதியும் உள்ளுணர்வும் முக்கியக் காரணங்களாக இருந்து வருகிறது.

தன்யா

சமூகச் சிந்தனை வேண்டும், சாதித்து வாழ வேண்டும் என்ற கொள்கை உள்ளவள் தன்யா. தவறு நடப்பதைக்

கண்டால் கண்ட இடத்தில் தட்டிக் கேட்கும் தைரியசாலி. மனதில் கருணையும் கண்களில் நெருப்பும் வாக்கில் மின்னலும் செயலில் வேகமும் உள்ள புதுமைப் பெண்.

தர்ஷினி

கூர்மதியும் கூர்நோக்கும் கொண்டவள் தர்ஷினி. அமைதியான டைப். அழகான ஒளிரும் பச்சைக் கண்களும், அனைத்தையும் அறிவதில் ஆர்வமும், பேச்சிலும் எழுத்திலும் துல்லியமும் இவள் ஸ்பெஷாலிட்டி.

தன்யா தர்மாவின் தங்கை. தர்ஷினி அவர்கள் கஸின். இரண்டு இளம்புலிகள்.

சதுரா டிடெக்டிவ் ஏஜன்சிக்குத் தர்மா பெயரளவுக்குத் தான் தலைவன். இந்த நிறுவனம் இந்த இரு பெண்களின் ஆசை, கனவு, லட்சியம்.

சதுரா துப்பறியும் நிறுவனத்தின் ஆறு கதைகள் ஒரே தொகுப்பாய்:

குற்ற ரேகை

தெய்வநாயகத்தைக் கொன்றது யார்? கைரேகையால் இயங்கும் கதவுக்குப் பின்னால் நிகழ்ந்த மர்மம் என்ன? பத்தேகால் கோடிப் பெறுமானமுள்ள பணமும் நகையும் எங்கே மறைந்தன? துப்பறியுங்கள், தர்மா, தன்யா, தர்ஷினியுடன் ...

அபாயம், அபாயம் அம்ருதா!

பெருத்த அபாயம் ஒன்றில் சிக்கித் தப்பித்து வருகிறாள் அம்ருதா. மருத்துவமனையில் சிகிச்சை பெற்று வருகிறாள். அவளுக்கு அபாயத்தை ஏற்படுத்திய கயவர்கள் யார்? மீண்டும் வேறொரு அதிர்ச்சியைச் சந்தித்தாளாமே அம்ருதா, அது என்ன? அறிந்துகொள்வோம், சதுராவுடன்.

நிழல்கள் நீளமானவை

நிச்சயதார்த்தத்திற்கு முதல் நாள் இரவு மணப்பெண்ணின் தந்தை கொல்லப்படுகிறார். குற்றவாளி மணமகன் தானா, அல்லது வேறு யாரேனுமா? தன்யா, தர்மா அலசுகிறார்கள்.

தவறிப்போய் ஒரு கொலை

பூனம்முடைய மரணத்திற்கு ஷ்யாம் தான் காரணமா? அப்-படி இல்லையென்றால் அவள் ஆவி ஏன் துரத்துகிறது அவனை? அவன் சகோதரிக்கும் இந்த விவகாரத்திற்கும் என்ன தொடர்பு? கண்டுபிடிப்பானா தர்மா?

தங்கத் திருட்டு

ஒரு தகவல் தொழில்நுட்ப நிறுவனத்தின் ரகசியங்கள் போட்டி நிறுவனத்திற்குத் தொடர்ந்து விற்கப்படுகின்றன. விற்பது யார்? அவை எப்படி அனுப்பப்படுகின்றன? துப்பறி-கிறாள் தர்ஷினி.

குற்ற ரேகை

1

பகுதி 1

"எதற்காக பெரியப்பா எங்களை அவசரமாக வரச் சொன்னீங்க?" என்றவாறே உள்ளே நுழைந்தான் உத்தம்.

"இரு, மற்றபேரும் வந்துடட்டும்" என்றார் தெய்வநாயகம்.

விமல், சுபகுமார் இருவரும் உள்ளே நுழைய ஆன ஐந்து நிமிடம் கூடக் காக்கப் பொறுமையில்லாமல் நடைபோட்டான் உத்தம்.

"என்ன விஷயம் மாமா?" என்றான் சுபகுமார்.

விமல் புருவங்களை மட்டும் உயர்த்திவிட்டு ஒரு ஒற்றை சோபாவில் அமர்ந்துகொண்டான்.

"உங்க மூணு பேருக்கும் ஒரு முக்கியமான விஷயத்தைச் சொல்லிடணும்னுதான் கூப்பிட்டேன்" என்று எடுத்த எடுப்பில் விஷயத்திற்கு வந்தார் தெய்வநாயகம். "என் சொத்துகள் எல்லாத்தையும் வித்துட்டு என் ஊரோட போயிடணும்னு நான் முடிவு செய்திருக்கறது உங்களுக்குத் தெரியும்... அதுக்குள்ள நீங்களெல்லாம் என்ன ஏற்பாடு பண்ணணுமோ, பண்ணிக்குங்கன்னு சொல்லத்தான் வரச் சொன்னேன்" என்றார் தெய்வநாயகம்.

"என்ன சொல்றீங்க பெரியப்பா? நாங்க தனியா ஏற்பாடு பண்ணிக்கணுமா? என்ன புதுசா இருக்கு?" என்று அதிர்ச்சியோடு கேட்டான் உத்தம்.

"ஆமாம்ப்பா, என் ஊரிலே நான் வீடு பார்த்தாச்சு. பெரிய பங்களாதான், ஆனா என்கூட நாகர்கோயிலுக்கு வந்து செட்டில் ஆக நீங்க தயாரா இல்லைன்னு புரிஞ்சுக்கிட்டேன். நீங்க தாராளமா இங்கயே

இருக்கலாம். மாதாமாதம் உங்க ஒவ்வொருவருக்கும் இருபத்தி அஞ்சாயிரம் ரூபாய் அனுப்பிடறேன். உங்க ஒருத்தர் செலவுக்கு அது போதும்னு நினைக்கறேன். அதுக்கு மேலே செலவாகும்னா... உங்களை நல்லா படிக்க வெச்சிருக்கேன். மூணுபேரும் ஏதாவது வேலை பார்த்துக்குங்க" நிர்த்தாட்சணியமாக இல்லையென்றாலும் பாசப் பசையற்று ஒலித்தது தெய்வநாயகத்தின் குரல்.

"அப்போ நீங்க நாகர்கோயில்ல, நாங்க இதே வீட்ல, அவ்வளவுதானே விஷயம்?" என்றான் சுபகுமார் சற்றே எரிச்சலாய்.

தெய்வநாயகம் லேசாகப் புன்னகைத்தார். "இல்லப்பா, இந்த வீட்டை வித்தாச்சு. வாங்கினவரோடு நான் இன்னைக்குப் பேசினேன். இந்த வீட்டை இன்னும் ஒரு மாதத்திற்குள்ள காலி பண்ணிக் கொடுக்கணும். அதுக்குள்ள நீங்களும் வேற ஜாகை பார்த்துக்கணுமில்லையா, அதான் சொன்னேன்" என்றார்.

"அதாவது, எங்களை வீட்டை விட்டு வெளியே போடாங்கறீங்க" என்றான் விமல் கோபமாய்.

"நான் அந்த அர்த்தத்தில் சொல்லலைப்பா, ஆனால் நீ அந்த அர்த்தத்தில் தான் எடுத்துக்கப் போறேன்னா, எனக்கு ஆட்சேபணையில்லை" என்று அமைதியாய்ச் சொல்லிவிட்டுத் தெய்வநாயகம் வெளியே போய்விட்டார்.

அந்த அறையில் சிறிதுநேரம் ஒரு அதிர்ச்சியான மௌனம் நிலவியது.

"ச்சே!" என்று வெறுப்பாய்ச் சொல்லி உத்தம் மௌனத்தைக் கலைத்தான்.

"எவளோ வைப்பாட்டி பெற்ற பிள்ளையைப் பார்த்தாராம், தன் பிள்ளைன்னு அடையாளம் கண்டுக்கிட்டாராம்... அதுலேர்ந்து நம்மை ஆட்டிவைக்கிறார். சொத்தை அவனுக்குக் கொடுத்துடணும்னு பார்க்கறார். நாமா விலகிட்டா நல்லதுன்னு நமக்கு எரிச்சல் மூட்டிப் பார்க்கறார்" — பொறுமினான் சுபகுமார்.

"இந்த வீட்டை விற்கிற அளவுக்குப் போவார்னு நினைக்கல, அந்த அளவுக்கா அவர் தூக்கி வளர்த்த நாம இளப்பமா போயிட்டோம்" — உத்தம்.

இதே ரீதியில் சிறிதுநேரம் மாறிமாறிப் பேசிய இருவரும், உள்ளே வந்ததிலிருந்தே மௌனமாக இருந்த விமலை உற்றுப் பார்த்தார்கள்.

"என்ன, நீ ஒண்ணும் சொல்லவேயில்ல? கையில் நிறைய சில்லறை நடமாடுதோ? சித்தப்பா சொத்து பெத்த பிள்ளைக்குன்னு திடீர்னு தர்மசீலனா ஆகிட்டயோ?" என்றான் உத்தம் கிண்டலாக.

அமைதியாகப் புன்னகைத்தான் அந்த விமல். "நம்மில யாருடா அவருக்காக அவர் மேல பாசம் வெச்சவங்க? சொத்துக்காகத் தான் அவரோட இருக்கோம். பொண்டாட்டி பிள்ளைகுட்டி இல்லாத தனி மனுஷனாச்சே, அவர் சொத்தை ஆட்டையைப் போட்டுடலாம்னுதான் நாம மூணுபேருமே நினைச்சோம். இப்படி வில்லன் மாதிரி ஒரு பிள்ளை வருவான்னு நாம யாருமே நினைக்கல.

"இனிமே என்ன செய்யலாம்னுதான் யோசிக்கணுமே தவிர, சித்தப்பாவைப் பகைச்சுக்கக் கூடாது. அதனால எந்த நன்மையும் நடக்காது."

அவன் சொன்னதைக் கவனமாகக் கேட்டனர் இருவரும். "சரி, என்ன பண்ணலாங்கற?" என்றான் உத்தம்.

"கேளுங்க. நாம சித்தப்பாகிட்டப் போய் அவர் சொல்ற எல்லாத்துக்கும் ஒத்துக்கறதா சொல்லிடணும். அப்புறம் நம்ம திட்டத்தை நடத்த ஒரு நல்ல நாள் பார்க்கணும். அவர் தன்னோட சொத்தைப் பூராவும் கேஷா மாற்றிக்கிட்டு வரார். அதில் கறுப்பு வெளுப்பு இரண்டும் இருக்கே! அதனால் சேரச் சேர அதை லாக்கர்ல வெச்சிருக்கார். மொத்தமா எடுத்துக்கிட்டு நாகர்கோயில் போய் வீட்டுக்கு மற்றும் சில இன்வெஸ்ட்மெண்ட்களுக்குப் பயன்படுத்துவார்னு நினைக்கறேன். ஸோ, அவர் அந்தப் பணத்தை மொத்தமா வீட்டுக்கு எடுத்து வராரே, அன்னிக்குத் தான் நம் திட்டத்திற்குச் சுபமுகூர்த்தம்" என்றான் விமல் உறுதியாக.

2

பகுதி 2

"வா தர்மா. வெல்கம் கேர்ள்ஸ்" என்றான் இன்ஸ்பெக்டர் போஸ்.

"என்ன போஸ்! எனிதிங்க் இம்பார்ட்டண்ட்? எதுக்கு அவசரமா வரச் சொன்ன?" என்றான் தர்மா.

"பெஸண்ட் நகர்ல தெய்வநாயகம்னு ஒருத்தர் மர்டராகிட்டாரு. அந்த விஷயமா இதுவரை விசாரிச்சதுல மூணு பேரை சந்தேகத்தின் பேர்ல டிடெயின் பண்ணி வெச்சிருக்கோம். ஆனா அதுக்கு மேல கேஸ் நகரல. மூணு பேரும் சேர்ந்தும் செய்திருக்கலாம், ஆனா அதுக்கும் சாட்சி இல்ல. இன்று அவங்களைக் காவலில் இருந்து விடுவிக்கணும். உங்களாலே ஏதாவது ஹெல்ப் பண்ண முடியுமோன்னு தான் உங்களைக் கூப்பிட்டேன்" என்றான் போஸ் ஒரே மூச்சில்.

"தெய்வநாயகம். தட் வெல்தி மேன்" என்றாள் தன்யா.

"ஆமா, தெய்வநாயகம் பற்றி எல்லோருக்கும் தெரிந்த ஒரே விஷயம் அவர் பணக்காரர்ங்கறதுதான். அவருக்குக் குடும்பம் எதுவும் இருக்கல. அதனால் வெவ்வேறு சமயங்களில் தன்னுடைய உறவினர் பிள்ளைகளை ஆதரிச்சு வந்திருக்கார். அவர்களில் அனாதையாகிட்ட மூணு பேர் அவரோடேயே தங்கிட்டாங்க. அவங்கதான் இப்போ கைது பண்ணப்பட்டிருக்கிறவங்க. இதுவரை எங்க தகவல் சரிதானே?" என்று கேட்டாள் தர்ஷினி.

"தர்ஷினி கலெக்ட் பண்ணிய தகவல் எப்படி தப்பா போகும்?" என்றான் போஸ், மனதிற்குள் வியந்தவாறு.

"அவர் கொல்லப்பட்ட அடுத்தநாள் போலீஸ் அங்கே போனபோது அங்கே இன்னொரு இளைஞனும் இருந்ததா பிரஸ் ரிப்போர்ட்கள் சொல்றதே, அவன் யார்?" என்று கேட்டாள் தன்யா.

போஸை முந்திக் கொண்டு இதற்கும் தர்ஷினியே பதிலளித்தாள். "அவன் தெய்வநாயகத்துடைய பிள்ளையாம். இல்லீகல் புத்திரன். ஆனா அவனைத் தன் மகன்தான்னு தெய்வநாயகம் ஏற்றுக்கிட்டார். அவனோடு நாகர்கோயில்ல போய் செட்டில் ஆக இருந்தார்..."

"அப்போ இங்க உள்ள சொத்துகள், பிஸினஸ் எல்லாம்?" என்றான் தர்மா.

"வித்துட்டார். அந்தக் கேஷ் முழுவதையும் பாங்க் லாக்கரில் வெச்சிருந்திருக்கார். கொலையான அன்று மதியம் தான் அதனை மொத்தமா எடுத்துக்கிட்டு வீட்டுக்கு வந்திருக்கார். மறுநாள் நாகர்கோயில் போக ப்ளான். அன்னிக்கே காரை அனுப்பிட்டார். தூத்துக்குடிக்கு ஃப்ளைட் டிக்கெட் வாங்கியிருக்கார்" என்றான் போஸ், தனக்கும் பேச வாய்ப்புக் கிடைத்ததை எண்ணி மகிழ்ந்தவாறே.

"ஆல்ரைட்" என்று சுறுசுறுப்பானாள் தன்யா. "நீங்க அந்த மூன்றுபேர், அதாவது தெய்வநாயகம் சாரோட உறவுக்காரங்க, அவங்களை ரிலீஸ் பண்ணுவதற்குள் நாம அவங்களை விசாரணை பண்ணிடலாம். நாங்க கேள்விகள் கேட்கலாம் இல்லையா?"

"கண்டிப்பா. அதுக்காகத் தானே உங்களை வரச் சொன்னேன்" என்றவாறே பெல்லை அழுத்திக் கான்ஸ்டபிளை அழைத்தான் போஸ்.

3

பகுதி 3

"இவங்க சதுரா டிடக்டிவ் ஏஜன்சி" என்று போஸ் அறிமுகம் செய்ததும் ஆச்சரியமான எதிர்வினை வந்தது சுபகுமாரிடமிருந்து.

"உங்களைப் பற்றிக் கேள்விப்பட்டிருக்கேன். சொல்லப் போனா, எங்களை இன்னிக்கு ரிலீஸ் பண்ணினதும் உங்களுக்குத் தான் ஃபோன் பண்றதா இருந்தேன்..."

"ரியலி?"

"ஆமாங்க மிஸ். உங்க ஏஜன்சி காணாமப் போனதைக் கண்டுபிடிக்கறதில் தனித் திறமை உள்ளவங்களாச்சே, எங்க மாமாவோட பணம், அது எங்களுக்குச் சொந்தமானது, காணாமப் போயிடுச்சு. போலீஸ் கொலைகாரனைப் பிடிக்கறதில்தான் கவனத்தைச் செலுத்துவாங்க. அதனால பணத்தை மீட்கறதுக்கு உங்களை அமர்த்தணும்னு நினைச்சேன்."

"ரொம்ப தாங்க்ஸ். நீங்க சொன்னதை மனதில் வெச்சுக்கறோம். அதற்கு உங்க உதவியும் தேவை. நாங்க கேட்கிற கேள்விகளுக்கு நீங்க பதில் சொல்லணும்."

"ரிமாண்டில் இருந்தபோது முழுதும் அதைத் தானே செய்துக்கிட்டிருந்தோம்" என்று திருவாய்மலர்ந்தான் உத்தம். "இனி நீங்க கேட்கறதையும் கேட்டுடுங்க. பதில் சொல்றோம்."

போஸ் அவர்களுக்கு ஒரு அறையை ஏற்பாடு செய்து கொடுத்துவிட்டு வெளியேறினான். ஆரம்ப அறிமுகங்களில் சில நிமிடங்கள் கரைந்தன.

"நீங்க மூன்று பேரும் வெவ்வேறு சூழ்நிலைகளின் காரணமா, ஆனா இளவயதிலேயே, உங்க உறவுக்காரரான தெய்வநாயகம் வீட்டுக்கு வந்துட்டீங்க. இதேபோல் அவர் வேறுசில இளைஞர்களை ஆதரிச்சிருந்தாலும், ஓரிரு வருடத்தில் அவர்களைத் திருப்பி அனுப்பிட்டார். நீங்க மூவரும் அவரோடேயே இருந்தீங்க. உங்களில் யாரையாவது அவர் தத்தெடுத்துக்கிட்டாரா?"

"அப்படிச் சொல்லித்தான் என்னை எங்க வீட்டிலேர்ந்து கூட்டி வந்தார்" என்றான் விமல். "ஆனா கடைசி வரைக்கும் தத்தெடுத்துக்கல. ஒரு கட்டத்தில் அவர் அப்படிச் செய்வார்போல இருந்தது. அப்போ பார்த்து அந்தச் சனி வந்துசேர்ந்தது..."

"அதாவது, அவர் மகன்?"

"அவர் மகன். தூத்தெறி! எவனுக்குப் பிறந்தவனோ ராஸ்கல்! எங்க சித்தப்பாவை நம்பவெச்சுட்டான். சொத்தையெல்லாம் அவனுக்குக் கொடுத்துட்டு எங்களைக் கட் பண்ணி விட இருந்தார்" என்றான் விமல் கோபம் மாறாமல்.

"ஸோ, உங்களுக்குத் தெய்வநாயகம் பேரில் கோபம் இருந்தது, அந்தச் சொத்து உங்களுடையது என்கிற எண்ணம் இருந்தது?" என்றான் தர்மா மெதுவாக.

"ஆமா" என்று ஒப்புக்கொள்ள இருந்த சுபகுமார் சட்டென்று நிறுத்தித் தர்மாவைக் கோபத்துடன் உற்றுப் பார்த்தான். "ஹலோ, நீங்க யார் கட்சி?"

"நாங்க உண்மையின் கட்சி. நீங்க எங்களை எம்ப்ளாய் பண்ணலைங்கறதை ஞாபகம் வெச்சுக்கறது நல்லது" என்றான் தர்மா, அதே மெதுவான குரலில்.

"தென், நாங்க உங்களுக்குப் பதில் சொல்லவேண்டிய அவசியம் இல்லை" என்றான் சுபகுமார்.

"ஒரு எட்டு கோடி இருக்குமா?" என்று சம்பந்தா சம்பந்தமில்லாத கேள்வி பிறந்தது தர்ஷினியிடமிருந்து.

"வாட்?"

"ரெகார்ட்ஸ்க்காகக் கேட்கிறேன். அன்றைக்குத் தெய்வநாயகம் சார் கொண்டுவந்த மொத்த பணத்தின் மதிப்பு எவ்வளவு இருக்கும்?"

"பத்தேகால் கோடி" என்று தன்னையறியாமல் ஒப்புக்கொண்டான் சுபகுமார். "அதாவது கேஷ், தங்க நாணயங்கள், நகைகள் இந்த வடி-

வங்களின். மொத்த மதிப்பு சொல்றேன்."

"அவ்வளவும் இப்போ கொலைகாரன் கையில்..." என்று தர்ஷினி முணுமுணுத்தாள். "கொலைகாரன் பிடிபடலாம், ஆனா பணம்? அது எந்தப் பாதாளத்தில் புதையப் போகுதோ?"

"யூ ஆர் எம்ப்ளாய்ட். பணத்தைத் தேடித் தரவும் எங்களைக் குற்றவாளி இல்லைன்னு நிரூபிக்கவும். ஃபீஸ், எங்களுக்குக் கிடைக்கும் பங்கில் அஞ்சு பர்செண்ட். சரிதானே?" என்றான் விமல்.

"தாங்க்ஸ். ஆனால், உங்கள்ள ஒருத்தர் கொலையாளியா இருந்தா நாங்க உண்மையை மறைக்க மாட்டோம்ங்கறத நினைவில் வெச்சுக்கோங்க" என்றான் தர்மா.

அங்கே அசந்தர்ப்பமான ஒரு மௌனம் நிலவியது.

"ஓகே" என்றான் உத்தம் கடைசியில், எல்லோருக்கும் பொதுவாக.

4

பகுதி 4

"போஸ், ஓரளவுக்கு எங்களுக்குப் பேக்ரவுண்ட் தெளிவாயிடுச்சு. இனி கொலை நடந்த அன்னிக்கு என்ன நடந்ததுன்னு உங்க விசாரணைகளிலிருந்து தெரிஞ்சுக்கிட்டதைச் சொல்லுங்க" என்றாள் தன்யா.

"சிம்பிள். அன்று வெகுநேரம் வங்கிகளில் தான் கழிச்சிருக்காரு தெய்வநாயகம். அவர் சொத்தை விற்றதால் அவருக்குக் கிடைத்த பணம், மற்றும் அவருடைய சேமிப்பு, குடும்ப நகைகள் எல்லாத்தையும் ஜாடா பாங்குகளிலேர்ந்து எடுத்துட்டார். ஒட்டுமொத்தமாக சென்னையைக் காலி செய்துக்கிட்டு நாகர்கோயிலோட போயிடணும்னு நினைச்சிருக்கார் போலிருக்கு..."

"ஏன்?" என்றாள் தன்யா.

"என்ன சொல்றீங்க?"

"ஏன் எல்லாத்தையும் பாங்கிலிருந்து எடுக்கணும்? இப்போதான் பணப் பரிமாற்றம், அதான் ட்ரான்ஸ்ஃபர் வசதி இருக்கே? இவ்வளவு கேஷை வீட்டில் வைப்பது பாதுகாப்பில்லையே?"

"இதை நாங்க கேட்க மாட்டோமா? பணம் முழுவதும் வெளுப்பில்லை, அதில் கணிசமா கறுப்பும் இருந்ததால அது கணக்குக்கு வரலை, லாக்கரில்தான் இருந்தது. ஊருக்குப் போறதா ப்ளான் இருந்ததால எல்லாத்தையும் கொண்டு வந்துட்டதா அந்த மூணு பேரும் சொல்றாங்க" என்றான் போஸ்.

தொடர்ந்து "அவர் வீடு வந்து சேர்கிற வரையிலும் செக்யூரிட்டி ஏஜன்சிலேர்ந்து துப்பாக்கியோட கார்ட்ஸ் கூடவே இருந்திருக்காங்க.

அப்புறமும் வீட்டுக்கு வெளியில் காவல் இருந்திருக்காங்க. அவரோட அறையிலும் ஃபிங்கர்ப்ரிண்ட் லாக் இருந்திருக்கு" என்றான்.

"ஸோ, ஆசாமி வெளியிலிருந்து வரலை?" என்றாள் தன்யா.

"ஆமா. வீட்டுக்கு வந்ததும் சொந்தக்காரங்க மூணுபேரும் வந்து சண்டை போட்டிருக்காங்க. ஆனா தெய்வநாயகம் 'எனக்கு ஏமாத்தறது பிடிக்காது, அதனாலதான் உங்களுக்குச் சொத்துக் குடுக்க எனக்கு இஷ்டமில்ல'ன்னு சொல்லிட்டு, அவங்களை வெளியே போகச் சொல்லிட்டாரு. வெகுநேரம் வரைக்கும் பணத்தை எண்ணி ஒழுங்குபடுத்தறதில் செலவிட்டிருக்கார், அப்புறம் பாலைக் குடிச்சுட்டுப் படுத்துத் தூங்கியிருக்கார். விடிகாலை மூன்றரை மணியிலிருந்து அஞ்சரை மணிக்குள் கத்தியால் மூர்க்கமாகக் குத்திக் கொல்லப்பட்டிருக்கார். பணம், நகை மாயமா மறைஞ்சிடுச்சு" என்று முடித்தான் போஸ்.

"போஸ், தெய்வநாயகத்தோட வீட்டை நாங்க பார்க்கணும். அப்புறம் அங்கிருந்த அத்தனை பேரையும் சந்திக்கணும். அங்கியே ஒரு மீட்டிங்குக்கு ஏற்பாடு பண்ணிடறீங்களா நாளைக்கு?" என்று தன்யா கேட்டதும் போஸ்க்குத் தூக்கிவாரிப் போட்டது.

"மீட்டிங்கா? சாதாரணமா கேஸ் முடியும்போதுதானே மீட்டிங் போடுவீங்க?" என்றான் ஆச்சரியமாய்.

"கேஸ் முடியப் போகுதுன்னு வெச்சுக்குங்களேன்" என்றாள் தன்யா, மர்மமாய்ச் சிரித்தபடி.

5

பகுதி 5

அன்று தெய்வநாயகத்தின் வீட்டுக்குச் சதுரா டிடெக்டிவ் டீமும் இன்ஸ்-பெக்டர் போஸும் வந்து சேர்ந்தபோது அங்கே உத்தம், விமல், சுபகுமார் தவிர மேலும் மூவர் இருந்தனர். ஒருவர் சற்று வயதானவராகத் தோற்றம் காட்டினார். அவரை ஒட்டியே பழுப்புக் கண்களுடனும் கம்பீரமான தோற்றத்துடனும் காட்சியளித்த அவன்தான் தெய்வநாயகத்தின் மகனாக இருக்க வேண்டும். சற்றுத் தூரத்தில் வேட்டி சட்டையில் ஒருவன் காணப்பட்டான். வேலைக்காரனாக இருக்கலாம்.

"வணக்கம். எல்லோரும் வந்தாச்சு இல்லையா? இனி ஆரம்பிக்க-லாமா?" என்றாள் தன்யா.

"இருங்க, நான் உங்களை அறிமுகப்படுத்திடறேன். பெரியப்பாவோட காணாமற்போன பணத்தைக் கண்டுபிடிக்கறதுக்காக நாங்க ஏற்பாடு பண்-ணிய டிடக்டிவ்ஸ் இவங்க" என்றான் விமல்.

வயதான தோற்றத்துடன் காணப்பட்டவர் தாமே முன்வந்து பேச ஆரம்பித்தார்.

"வெல்கம். இவர் குணசீலன், சாரோட மகன். நான் அவர் குடும்ப லாயர், இந்தச் சொத்துகள் விற்கவும் இவரைத் தேடிக் கண்டுபிடிக்கவும் உதவிசெய்தேன்.

"அவன் ஜெயவேல், சார் வெச்சிருந்த ஒரே வேலைக்காரன். அவனேதான் சமையலும் செய்வான். நேற்றிரவு ஒன்பது மணிக்கு இவன் அவன் தங்கியிருக்கிற அவுட்-ஹவுஸுக்குப் போயிட்டான்.

"தெய்வநாயகம் சாரோட ரூம் கதவைப் பற்றிக் கேள்விப்படிருப்பீங்க. கைவிரல் ரேகையைச் சரிபார்த்துத் திறக்கக் கூடிய பூட்டு அதில் இருக்கு. அதனால் அவரா உள்ளே விட்டாலொழிய யாரும் உள்ளே நுழைய முடியாது.

"நீங்க காணாமப் போன பணத்தைக் கண்டிபிடிக்க வந்திருப்பது ரொம்ப சந்தோஷம். அதை வாங்கி என் கட்சிக்காரரர் கையில் கொடுத்துட்டா என் பொறுப்புத் தீர்ந்தது" என்று நீளமாகப் பேசி நிறுத்தினார் வக்கீல்.

"அறிமுகத்திற்கு நன்றி, விமல் சார். உங்க விளக்கங்களுக்கும் நன்றி லாயர் சார். முதலில் உங்களிடமிருந்தே ஆரம்பிக்கலாம், விமல். ஏமாத்தறவங்களைக் கண்டா எனக்குப் பிடிக்காதுன்னு உங்க பெரியப்பா சொன்னது உங்களைப் பார்த்துத் தானே? அதற்குக் காணாம போன ஒரு வைரமோதிரம் காரணம், இல்லையா?" என்று தன்யா கேட்டதும் "வாட் நான்சென்ஸ், அதுதான் கிடைச்சுடுச்சே!" என்றான் விமல் ஆத்திரத்தோடு.

"ஓ யெஸ், கிடைச்சது, காணாமல் போன ரெண்டு நாளிலேயே. ஆனா அப்போ அதிலிருந்து வைரங்கள் எடுக்கப்பட்டு ஸிர்க்கான் கற்கள் வைக்கப்பட்டிருந்தது, இல்லையா? உங்க அப்பா என்ன தொழில் செய்யறார் மிஸ்டர் விமல்?" என்றாள் தர்ஷினி.

விமல் தலைகவிழ்ந்தான்.

"விமல் அண்ட் விஜய் ஜுவல்லர்ஸ். இருபது வருடத்திற்கு முன்னால் ஏலத்திற்கு வந்த கடை. அப்புறம் பிள்ளைகளை ஒவ்வொரு சொந்தக்காரங்க வீட்டுக்கு அனுப்பிட்டு, இப்போ ஒரு பிரபல நகைக்கடையில் ஆச்சாரியா இருக்கார். சரிதானா?"

"இதோ பாருங்க, நீங்க சொன்னதெல்லாம் சரிதான். மோதிரத்தை எடுத்ததும் அதில் வைரங்களுக்குப் பதிலா ஸிர்க்கான் வெச்சதும் நான் தான். ஆனா அது முடிஞ்சுபோன விஷயம். அன்றைக்கு நாங்க வந்து அவரைப் பார்த்த பின்னாடி அவர் எங்களை வெளியில் அனுப்பிட்டார். நாங்க மூன்று பேரும் எங்க ரூம்களுக்குத் திரும்பிட்டோம். யாரும் திரும்ப வரல" என்றான் விமல்.

"அப்போ இந்த ஹாரம் உங்க அறையில் எப்படி வந்தது விமல்?" என்றாள் தன்யா தன் கையை உயர்த்திக் காட்டி.

"வந்து••• அன்றைக்கு ராத்திரி என் அறைக்கு வெளியே கிடந்தது. நான் எடுத்து வெச்சுக்கிட்டேன், யார்கிட்டயும் சொல்லல" என்றான் விமல் தட்டுத் தடுமாறி.

எல்லோரும் அவனைச் சந்தேகத்தோடு பார்த்தனர்.

6

பகுதி 6

"எல்லோரும் ரூம்களுக்குப் போயிட்டோம், திரும்ப வரலைன்னு விமல் சொல்றது உண்மைதானா, மிஸ்டர் சுபகுமார்?" என்று கேட்டாள் தன்யா, விமலை அப்படியே விட்டுவிட்டு.

"ஏன், உண்மைதான்" என்றான் சுபகுமார்.

"பொய். நீங்க மூணு மணி வாக்கில் உங்க ரூமுக்கு வெளியே வந்திருக்கீங்க, உத்தம் உங்களைப் பார்த்திருக்கார்."

"வந்து... எனக்குத் தூக்கத்தில் நடக்கற வியாதி உண்டு. அதனால வெளியில் வந்திருக்கலாம். " என்றான் சுபகுமார் தயக்கமாய்.

"அப்படியா? டாக்டர் சர்ட்டிஃபிகேட், ரிப்போர்ட் ஏதாவது இருக்கா?" என்று கேட்டாள் தன்யா.

"இருக்கு, மாடியில் ஃபைலில்" என்றான் சுபகுமார்.

"அது சரியாகிட்டதாகவும், கடந்த ரெண்டு வருஷமா அந்தக் கம்ப்ளெயிண்ட் இல்லைன்னும் கேள்விப்பட்டேனே?"என்று சிரிப்புடன் கேட்டாள் தன்யா.

"இப்போ தூக்கத்தில் கொல்ற வியாதிதான் இருக்கு போலிருக்கு" என்று முணுமுணுத்தான் உத்தம் கிண்டலாய்.

"ஏன், வியாதி ரிலாப்ஸ் ஆகவே கூடாதா? சரி, நான்தான் வெளியே வந்தேன். அதை உத்தம் எப்படிப் பார்த்தான்? அவன் ஏன் வெளியில் வந்தான்னு கேட்டீங்களா?" கோபத்தில் படபடவென்று பொரிந்தான் சுபகுமார்.

"கேட்டுடுவோம். ஏன் வந்தீங்க உத்தம்?"

"ஏதோ சத்தம் கேட்டு..."

"பொய். உங்க அறைக் கதவுகள் எல்லாமே இன்சுலேட்டட். சத்தம் கேட்க வாய்ப்பேயில்லை. சுபகுமாரும் நீங்களும் ஒரே நேரத்தில் வெளியே இருந்திருந்தால் மட்டுமே நீங்க அவரைப் பார்த்திருக்கச் சாத்தியம்" என்றாள் தன்யா.

உத்தம் தயங்கினான்.

"மிஸ்டர் ஃப்ரெடெரிக் டிஸோஸா, ஸ்கை ஹோட்டல்ஸ் அண்ட் எண்டர்டெயின்மெண்ட்ஸ். இந்தப் பெயரைக் கேள்விப்பட்டிருக்கீங்களா?" என்று தர்ஷினி கேட்டாள். தன் டேப்லெட்டில் குறித்த பெயரைக் கவனமாகப் படித்தாள்.

"இல்லை" என்றான் உத்தம் அலட்சியமாக.

"இன்ஸ்பெக்டருக்கு இந்தப் பெயர் தெரிஞ்சிருக்குமே! சொல்லுங்க சார், யார் இந்த டிஸோஸா?" என்றாள் தன்யா ஒரு கேலிப் புன்னகையுடன்.

"ஸ்கை ஹோட்டல்ல சூதாட்டம் நடக்கறதா நாங்க கேள்விப்பட்டுப் பலதடவை அதை ரெய்ட் பண்ணினோம், ஆனா ஆதாரத்தோட நிரூபிக்க முடியல. சூதாடித் தோற்ற பணத்தைக் கட்ட முடியாதவங்களிடமிருந்து அதை வசூல் பண்றவன். சரியான ரௌடி" என்று விளக்கினான் போஸ்.

"அவர் ஏன் உங்களை அடிக்கடி சந்திக்கிறார்னு சொல்ல முடியுமா, மிஸ்டர் உத்தம்?" என்று கேட்டாள் தன்யா. "இல்லை, தெரியாதுன்னெல்லாம் சொல்லிடாதீங்க, எங்ககிட்ட ஆதாரம் இருக்கு."

உத்தம் வெகுநேரம் மௌனமாக நின்றான். பிறகு "அதான் சொல்லிட்டீங்களே, அந்த ஹோட்டலுக்கு நான் பணம் கட்ட வேண்டியிருக்கு" என்றான் தயக்கமாய்.

"எவ்வளவு?"

"ஐம்பது லட்சம் ரூபாய்..."

"பெரியப்பா கிட்டயிருந்து பணத்தைத் திருடத்தான் இந்தக் கொலை, இல்லையா? அதற்காகத் தானே உங்க ரூமைவிட்டு வெளியே வந்தீங்க?" என்று கேட்டுவிட்டு அவனை உற்றுப் பார்த்தாள் தன்யா.

உத்தம் சற்று யோசித்தான். பிறகு, "இங்க பாருங்க மேடம்! நான் உண்மையைச் சொல்லிடறேன். அன்னிக்குக் கவலையிலும் பயத்திலும் எனக்குத் தூக்கமே வரல. நான் வெளியே வந்தது பெரியப்பா கையில்

காலில் விழுந்து கொஞ்சம் பணம் வாங்கலாம்னுதான். நான் அவர் அறைக்கு வந்தபோது அறை திறந்துகிடந்தது. பெரியப்பா நல்லா தூங்கிக்கிட்டிருந்தார். அப்போதான் சுபகுமார் நடமாடற சத்தம் எனக்குக் கேட்டது. சத்தியமா நான் ரொம்பப் பயந்திட்டேன். பக்கத்து டீப்பாயில் நகைப்பெட்டி திறந்திருந்தது. அதிலிருந்து ஒரு கொத்து அள்ளிக்கிட்டு வேகமா என் ரூமுக்குப் போயிட்டேன்" என்றான் உத்தம். அவனுக்கு மூச்சு வாங்கியது.

"அதிலே ஒண்ணுதான் விமல் ரூம் வாசலில் விழுந்திருக்கணும்..." என்று யோசித்தவாறே கூறிய தன்யா, "அந்த நகையை நீங்க எப்போ பார்த்தீங்க, விமல்?" என்றாள் திடீரென்று.

"ராத்திரி... அதாவது... காலையில..." என்று தடுமாறினான் விமல்.

"விடிகாலைன்னு வெச்சுப்போம். அப்போ நீங்க ஏன் வெளியில் வந்தீங்க, விமல்?" என்ற தன்யா, "சரி, நீங்களும் நேரடியா சொல்ல மாட்டீங்க. உங்களுக்கும் ஒரு பெயர் சொல்றேன். விக்டோரியா" என்று தொடர்ந்தாள்.

விமலும் சிறிதுநேரம் மௌனமாக இருந்தான். பிறகு சொன்னான் - "விக்டோரியா. க்ளப் டான்சர். ஆனா தங்கமான குணம். அவளைக் கல்யாணம் பண்ணிக்கணும்னு நினைச்சேன். அதற்குக் கணிசமா சொத்து தேவை... என்ன பண்றதுன்னு புரியல. அதான் சித்தப்பாவைக் கொன்னுட்டு அந்தப் பணத்தை எடுத்துக்கலாம்னு முடிவு பண்ணினேன்..."

"அடப்பாவி!" என்றான் குணசீலன் முதல்முறையாக. "எங்கப்பாவை நீயா கொன்னே?"

அவனைப் பார்த்து முறைத்தான் விமல். பிறகு தன்யாவிடமே பேச ஆரம்பித்தான். "அந்த ராத்திரியை விட்டுட்டா சித்தப்பா தன் பையனோட நாகர்கோயில் போயிடுவார். அப்புறம் அவர் வளர்த்த கடமைக்கு எங்களுக்கு ஏதாவது பிச்சை போடுவாரே தவிர சொத்தெல்லாம் எதிர்பார்க்க முடியாது. அதனால கிச்சன்லேர்ந்து ஒரு கத்தியை எடுத்து வெச்சிருந்தேன். நாலு மணிவரைக்கும் எனக்குத் தைரியம் வரல. அப்புறம் மெதுவா எழுந்து போனேன். சித்தப்பாவுடைய அறை பூட்டியிருந்தது. தட்டித் தட்டிப் பார்த்தேன், அவர் திறக்கல. என் தலைவிதியை நொந்துக்கிட்டுத் திரும்ப வந்துட்டேன். அப்பதான் என் ரூமுக்கு அருகில் நகையைப் பார்த்தேன், எடுத்துக்கிட்டேன். அப்போ யாரோ ஓடற

மாதிரித் தெரிஞ்சது. பயந்துக்கிட்டு ரூமுக்குள்ள போய் படுத்துட்டேன்" என்றான் விமல் தெளிவாக.

7

பகுதி 7

"அவ்வளவும் வடிகட்டின பொய்" என்று கத்தினான் குணசீலன். " கையிலே கத்தி வெச்சிருந்திருக்கான், கொலை செய்யத் திட்டமும் போட்டிருக்கான், கடைசியில கொல்லாம வந்துட்டானாம்! பாவி! இவன்தான் கொன்னுட்டான்! இவன்தான்!" என்று ஹிஸ்டீரியா வந்தவன்போல் கத்தினான்.

தன்யா அமைதியாக அவன் பக்கம் திரும்பினாள்.

"மிஸ்டர் குணசீலன்! கண்ட்ரோல் யுவர்செல்ஃப். நீங்க அமைதியாவதற்காக உங்ககிட்ட சிம்பிளான கேள்விகள் தான் கேட்கப் போறேன். டென்ஷன் ஆகாதீங்க, குற்றவாளியைக் கண்டுபிடிச்சுடுவோம்" என்றவள் "உங்க அப்பா ஃபோட்டோ ஹால்ல பார்த்தோம். உங்க அம்மா ஃபோட்டோ இருக்கா?" என்று கேட்டாள்.

இதற்கு லாயர் பதில் சொன்னார். "என்னிடம் ஒரு ஃபோட்டோ இருக்கு மேடம், சார் கொடுத்தது" என்றவாறே தன் ப்ரீஃப்கேஸைப் பிரித்து அதிலிருந்து சந்தன அட்டை போட்ட ஒரு ஃபோட்டோவை நீட்டினார்.

தர்ஷினியும் தன்யாவின் அருகில் வந்து ஃபோட்டோவைப் பார்த்தாள். ஆச்சர்யமாக, ஃபோட்டோ பழையதானாலும் தெளிவாக இருந்தது. அதில் தெரிந்த பெண் அழகாக இருந்தாள்.

நீங்க என்ன படிச்சிருக்கீங்க, குணசீலன்?" என்று கேட்டாள் தன்யா, ஃபோட்டோவைத் திருப்பிக் கொடுத்தவாறே.

"வந்து... பிஎஸ்சி ஃபிஸிக்ஸ். மேலே படிக்க வசதியில்லை மேடம்" என்றான் குணசீலன்.

"ஓ! கிராஜுவேஷன் முடிச்சுட்டீங்க. வெரிகுட். இயற்பியல். அப்போ உங்களுக்கு ஜெனிடிக்ஸ் தெரிய வாய்ப்பில்லை" என்று தன்யா சொன்னதும் குணசீலன் விழித்தான்.

"என்ன சார், நான் சொல்றது புரியலியா? கண்களோட நிறம் எவ்வாறு அமைகிறது என்பதைப் பற்றி ஜெனிட்டிக் ஆராய்ச்சிகள் இப்போது விளக்குகின்றன. கருநிற மற்றும் பிரவுன் நிறக் கண்கள் ஆதிக்கக் குணம் கொண்டவை. நீலம் மற்றும் பழுப்பு நிறங்கள் அப்படியல்ல. தெய்வநாயகம் சாரோட குடும்பத்தில் இருப்பவங்க ஓவியங்கள், படங்கள் எல்லாம் பார்த்ததில் அவர்கள் எல்லோருக்குமே கருநிறக் கண்கள் தான் என்று தெரிந்தது. உங்க அம்மா கண்களும் கருநிறந்தான். அப்படிப்பட்ட பெற்றோருக்குப் பழுப்புநிறக் கண்களோடு ஒரு மகன் பிறப்பது அட்டர் இம்பாஸிபிலிட்டி. அதீதமாய் ஒரு பர்சண்ட் சான்ஸ் வேணும்னா சொல்லலாம்" என்று தன்யா சொல்லி வருகையில் குணசீலனுக்கு வியர்த்துக் கொட்டிவிட்டது.

"கமான் குணசீலன், உண்மையைச் சொல்லுங்க. யார் நீங்க?" என்றாள் தன்யா மெதுவாக.

"உங்களுக்கும் லாயருக்கும் என்ன சம்பந்தம்? அவர் தெய்வநாயகம் சார் கொலையான அன்று உங்களைப் பார்க்க ஏன் வந்தார்? உங்களோடு ஏன் தங்கினார்?" என்று கேள்விகளை அடுக்கினாள் தர்ஷினி.

"என்ன, என்மீதே பாயறீங்க? நான் யார் தெரியுமில்ல?" என்றார் லாயர் கோபத்துடன்.

"மிஸ்டர் வேணுகோபால், ஏன் கோபப்படறீங்க? நீங்க ராத்திரி பனிரெண்டு மணிக்கு மேல மதிற்சுவரில் இருக்கும் சின்னக் கதவு வழியா குணசீலனால் உள்ளே அழைத்து வரப்பட்டதை ஜெயவேல் அவுட் ஹவுஸிலிருந்து பார்த்திருக்கான். அதைப் போலீஸிலும் சொல்லியிருக்கான்" என்று தர்ஷினி சொன்னதும் லாயர் வேணுகோபால் பொறியில் மாட்டிய எலி போல் தவித்தார்.

"கமான், அவுட் வித் இட்" என்று உறுமினான் போஸ்.

"நாங்க உண்மையைச் சொல்லிடறோம் சார். நான், தெய்வநாயகம் சார், இந்த லாயர், இன்னும் சிலர் சேர்ந்து கள்ளக் கடத்தல் பண்ணிக்கிட்டிருந்தோம். திடீரென்று தெய்வநாயகம் எங்க கூட்டத்தை விட்டு

விலகப் போறதாகவும் ஊரோடு போகப் போறதாகவும் சொன்னார். நாங்க சரின்னு சொல்லிட்டோம். ஆனா லாயர் சார் சந்தேகப்பட்டு எங்க கணக்கெல்லாம் செக் பண்ணிப் பார்த்தபோது, ரொம்ப நாளாகவே அவர் எங்களோட பங்கில் பெரும்பகுதியைக் கையாடல் பண்ணி வந்திருக்கார்னு தெரிஞ்சது. அதை செட்டில் பண்ணிட்டுத்தான் அவர் ஊருக்குப் போகணும்னு மிரட்டவும், அவர்கிட்டேருந்து பணத்தை வசூல் பண்ணவும் என்னை எங்க கூட்டத்திலேர்ந்து அனுப்பினாங்க. முதலில் என்னை லாயர் தெய்வநாயகத்தோட பிள்ளைன்னு அறிமுகப்படுத்தினார். அப்புறம் கொஞ்சம் கொஞ்சமா அவர்கிட்ட உண்மையைச் சொல்லிட்டோம். அவர் கொலையான அன்று இரவு அவர் மொத்தப் பணத்தையும் செட்டில் பண்ணிடறதா பேச்சு. அதற்காகத்தான் லாயரும் அன்னிக்கு ராத்திரி இங்க வந்தார். ராத்திரி மூணு மணி வாக்கில் யாருக்கும் தெரியாம அவரை மீட் பண்றதா இருந்தோம். ஆனா அப்போ ஏதோ சத்தம் வெளிஹாலில் கேட்டுக்கிட்டே இருந்ததால நாங்க வெளியில் போகவேயில்லை. வெளியே பார்த்தபோது, கையில் ஏதோ பளபளன்னு வெச்சுக்கிட்டு இந்தச் சுபகுமார் நடந்துக்கிட்டே இருக்கறது தெரிஞ்சது. அப்போ நாங்க அதை வித்தியாசமா நினைக்கல. அப்புறமா ஒரு மூணேமுக்கால் மணி வாக்கில் அவன் போயிட்டான்னு தெரிஞ்சது. வீடு அமைதியா இருந்தது. அப்போ நாங்க போனபோது தெய்வநாயகத்துடைய அறை திறந்திருந்தது. அவர் கத்தியால் குத்தப்பட்டுக் கிடந்தார். பணம் ஒரு நோட்டுக்கூட இல்லாமக் காலி செய்யப்பட்டிருந்தது. சத்தியமா ரொம்பப் பயந்துட்டோம் சார்! கதவைச் சார்த்திவிட்டுப் பேசாமப் போய்ப் படுத்துக்கிட்டோம்" என்றான் அந்தக் குணசீலன், பயந்தவாறே.

இன்ஸ்பெக்டர் போஸ் அவனைத் திருவிழாவில் பஞ்சுமிட்டாய்க்காரனைப் பார்க்கும் குழந்தை போல் பார்த்தான்.

"இந்த விஷயத்தில் எங்களுக்குத் தர்மாதான் உதவிசெய்தான், போஸ். இவ்வளவு பணத்தைத் தெய்வநாயகம் ஒரே நேரத்தில் வீட்டுக்குக் கொண்டு வரார்னா, அதற்குக் காரணம் ஏதேனும் ப்ளாக்மெயிலாத் தான் இருக்கணும்னு அவன் தான் சஜெஸ்ட் பண்ணினான்" என்றாள் தர்ஷினி.

"அவன் சொன்னது கரெக்ட். நிஜமாகவே எனக்கு இது தோணலை, தர்மா! கேஸையே முடிச்சுட்டியே!" என்று பாராட்டினான் போஸ்.

"ஹலோ! நாங்க என்னவோ கொலை செய்துட்ட மாதிரி பேசிக்கிட்டே போகாதீங்க! இவன் ஏதோ கள்ளக்கடத்தலைப் பற்றி உளறிட்டான்னு நீங்க எங்களை அரெஸ்ட் பண்ண முடியாது. அதுக்கு ஆதாரம் வேணும். அதே மாதிரி, தெய்வநாயகத்தை நாங்க கொன்னோம்னு நீங்க நிரூபிக்க முடியுமா? ஒரு பேச்சுக்குக் குணசீலன் சொல்றது உண்மைன்னு வெச்சுக்கிட்டாலும், அவர் உயிரோட இருக்கறதுதான் எங்களுக்குப் பிரயோஜனமே தவிர, நாங்க ஏன் கொல்லணும்?" என்று லாயர் அடுக்கிக் கொண்டே போனார்.

"ஒருவேளை அந்தப் பணத்தை நீங்க எடுத்துக்கிட்டு, உங்க கூட்டத்தை ஏமாற்றிடலாம்னு நினைச்சீங்களோ என்னவோ?" என்றான் போஸ் கிண்டலாக.

"சார்! சத்தியமா அப்படியெல்லாம் இல்ல சார்! எங்களை மாட்டி விட்ராதீங்க! அன்னிக்கு விமல்தான் கையில் கத்தியோட நடமாடினது. அவன் தான் கொன்னுருக்கணும்!" என்று கத்தினான் குணசீலன்.

"அதில் ஒரு பிரச்சனை இருக்கே, குணசீலன்! நீங்க அவரைப் பார்த்துட்டு வந்த பிறகுதான் விமல் தெய்வநாயகம் அறைக்குப் போயிருக்கார். நீங்க கதவைச் சார்த்தினபோது அது பூட்டிக்கொண்டு விட்டது. அவர் கதவைத் தட்டித்தட்டிப் பார்த்துவிட்டுத் திரும்பிட்டதா ஸ்டேட்மெண்ட் கொடுத்திருக்கார்..."

"இதை நீங்க நம்பறீங்களா? கொலை நோக்கம் அவருக்கு இருந்தது என்பதை அவரே ஒப்புக்கொண்டிருக்கார்..."

"அது இங்கே இருந்த எல்லோருக்குமே இருந்தது. எல்லோருமே அறையை விட்டு வெளியே வந்திருக்கீங்க..."

உத்தம் அலறினான். "இன்ஸ்பெக்டர், நான் எங்க பெரியப்பாவைக் கொல்லணும்னு நினைக்கவேயில்லை. அவர்கிட்டக் கெஞ்சிக் கேட்கணும்னுதான் நினைச்சேன். நான் அவர் அறைக்குப் போனபோது அவர் நல்லா தூங்கிக்கிட்டிருந்தார். நகைகளைத் திருடினதுதான் நான் பண்ணின தப்பு..."

"நீங்க இன்னொரு தப்பும் பண்ணியிருக்கீங்க, உத்தம்" என்று தன்யா சொன்னதும் உத்தம் கிட்டத்தட்ட கீழே விழப் போனான்.

"என்ன சொல்றீங்க?" என்று நடுங்கியவாறே கேட்டான்.

"சிம்ப்பிள். நகையை எடுத்துக்கிட்டு வெளியில் வந்ததா சொன்னீங்களே, அப்போ தெய்வநாயகம் அறைக்கதவை மூடிட்டு வந்தீங்களா,

திறந்து வெச்சுட்டு வந்தீங்களா? அதை நீங்க சொல்லவேயில்லையே?" அவன் தயங்குவதைக் கண்டதும் "தயவுசெய்து உண்மையைச் சொல்லுங்க, உத்தம்" என்று கேட்டுக் கொண்டாள்.

உத்தம் சிறிதுநேரம் மௌனமாக இருந்தான். பிறகு "தன்யா மேடம்! இப்போ நான் சொல்லப் போற விஷயத்தால, சந்தேகம் முழுவதும் என் பக்கம்தான் திரும்பும் என்பதை நல்லா உணர்ந்துக்கிட்டே இதைச் சொல்றேன். நான் வரும்போது கதவைச் சார்த்திக்கிட்டுத்தான் வந்தேன்" என்றான்.

"இப்போ இவர் சொன்னதின் அர்த்தம் உங்க எல்லோருக்கும் புரிஞ்சிருக்கும்னு நினைக்கிறேன். கதவை அவர் சார்த்திக் கொண்டு வந்துவிட்டதால் ஒன்று, தெய்வநாயகத்தை அவர் கொன்றிருக்க வேண்டும், அப்படியில்லையெனில் தெய்வநாயகம் உள்ளேவிட்ட வேறு யாராவது செய்திருக்க வேண்டும். அது நிச்சயம் இவர்கள் மூவரில் ஒருவராக இருக்க முடியாது.

"முக்கியமாய் அது சுபகுமார் அல்ல. அதைத்தான் மிஸ்டர் உத்தம் தெளிவுபடுத்தியிருக்கிறார். சுபகுமார் தூக்கத்தில் நடந்தாரா அல்லது நினைவுடன் தான் இருந்தாரா என்பது அவர் மட்டுமே தெளிவுபடுத்தக் கூடிய விஷயம். ஆனால், அன்று முழுவதும் ஹாலில் நடமாடிய சுபகுமார், கையில் 'ஏதோ பளபளவென்று' வைத்துக்கொண்டு, அது கத்தியாகவும் இருக்கலாம், நடமாடிய சுபகுமார், உத்தம் போவதற்குமுன் தெய்வநாயகம் அறைக்குப் போயிருந்தால், வெறுமே ஏதாவது திருடியிருக்கத்தான் முடியும். உத்தம் போனபின் அவரால் உள்ளே நுழைந்திருக்கவே முடியாது..."

சுபகுமார் ஒரு பெருமூச்சுவிட்டு, நிம்மதியானான்.

8

பகுதி 8

"இப்போ அன்றிரவு என்ன நடந்தது என்பதற்கு ஒரு கால அட்டவணை போடலாம்" என்றாள் தன்யா. "விடிகாலை மூன்றுமணி வாக்கில் வெளியே வந்த உத்தம், தன் பெரியப்பா அறைக்குப் போய், அவர் அயர்ந்து உறங்குவதைப் பார்த்துவிட்டு, கொஞ்சம் நகைகளைத் திரு-டிக்கொண்டு, கதவையும் சார்த்திக்கொண்டு வந்துவிட்டார். ஏறக்குறைய அதே நேரத்தில் வெளிவந்த சுபகுமார் ஹாலில் நடமாடிக் கொண்டே இருந்திருக்கிறார். ஆனால் அவருக்கோ மற்ற இருவருக்குமோ அன்று தெய்வநாயகம் கதவைத் திறந்திருக்க மாட்டார் என்று நாம் நிச்சயமாகச் சொல்லலாம்.

"சுபகுமார் தன் அறைக்குச் சென்றபிறகு மூன்றே முக்கால் மணி வாக்கில் லாயரும் குணசீலனும் வந்திருக்கிறார்கள். அவர்களுக்குத் தெய்வநாயகம் நிச்சயம் கதவைத் திறந்திருப்பார். ஏனெனில் அவர்களை அவர் அன்றிரவு சந்திப்பதாகத் திட்டம் இருந்ததே! அவர்களுக்குக் கொடுக்க வேண்டி பணத்தையும் தயார் செய்து வைத்திருக்கிறார்.

"ஆனால் அறைக் கதவு திறந்திருந்தது, அவர் கொல்லப்பட்டிருந்தார் என்பது இவர்கள் இருவரின் வாக்குமூலம். அதன்பின் சுமார் நான்கு மணிக்கு அந்த அறைக்கு வந்த விமல் அறைக்கதவு பூட்டப்பட்டிருந்-ததை உறுதி செய்கிறார்.

"இவர்கள் எல்லோரும் சொன்னதை அப்படியே எடுத்துக்கொண்டு நான் செய்த சம்-அப் இது. இவர்களில் யார் வேண்டுமானாலும் மற்ற-வர்களுடன் கூட்டுச் சேர்ந்து பொய் சொல்லியிருக்கலாம் — உத்தமும்

சுபகுமாரும் நம் மனதிற்கு வருகிறார்கள்."

தன்யா இவ்வாறு சொன்னதும் "நான் பொய் சொல்லல, மேடம்" என்று உத்தம்மும் "எனக்கு அன்றிரவு நடந்தது எதுவுமே நினைவில்ல, மேடம்" என்று சுபகுமாரும் ஒரே நேரத்தில் சொன்னார்கள்.

தன்யா புன்னகைத்தாள். "நீங்க ரெண்டுபேரும் ஆரம்பத்தில் ஒருத்தரை ஒருத்தர் காட்டிக் கொடுத்த வேகத்தைப் பார்த்தால், நீங்க சேர்ந்து சதி செய்திருக்க முடியாது என்று தோன்றுகிறது. இதுவரை நீங்க சொன்னது எல்லாமே நடிப்போன்னும் தோன்றுகிறது."

இருவரும் விழித்தார்கள். ஏதோ சொல்ல முயன்றார்கள்.

அவர்களை இடைமறித்து ஒலித்தது தர்மாவின் குரல்.

"தன்யா! நீ சொன்னதையெல்லாம் நான் கவனமாகக் கேட்டேன். அதிலிருந்து எனக்கு இரண்டு சந்தேகங்கள் தோன்றியிருக்கு" என்றான் தர்மா.

"கேள் தர்மா" என்றாள் தன்யா.

"சந்தேகம் நம்பர் ஒன்று: தன் அறையில் பத்தேகால் கோடி மதிப்புள்ள பணமும் நகையும் வைத்திருக்கும் ஒருவர், அதில் கொஞ்சத்தையோ, மொத்தத்தையோ திருட யாராவது நுழையும்போது குறட்டைவிட்டுத் தூங்குவாரா? அவருடைய உள்ளுணர்வின் எச்சரிக்கையில் எழுந்துவிட மாட்டாரா? சந்தேகம் நம்பர் இரண்டு: அடிப்படையான சந்தேகம். அவ்வளவு பணமும் நகையும் வைத்துக்கொண்டு ஒருவர் அறைக்கதவைத் திறந்து வைத்துக்கொண்டு தூங்குவாரா? அதுவும் கதவில் கைரேகைப் பூட்டுப் போன்ற பாதுகாப்பு ஏற்பாடுகளைச் செய்திருக்கும் ஒருவர்?" என்று கேட்டான் தர்மா.

"எக்ஸாக்ட்லி!" என்றாள் தன்யா சந்தோஷமாய். "உன் சந்தேகங்கள் சரியானவை, தர்மா. அதிலிருந்து நாம் என்ன அறிகிறோம்?"

"இரண்டு சாத்தியங்கள்" என்றான் தர்மா. "ஒன்று, இவர்களில் ஒருவரோ, பலரோ பொய் சொல்கிறார்கள். இரண்டு: தெய்வநாயகம் கதவைப் பூட்டும் நிலையில் இல்லை!"

"வாட் டு யூ மீன்?" என்றார் லாயர் ஆச்சரியமாக.

"வெரி சிம்ப்பிள். தெய்வநாயகத்திற்கு யாரோ மயக்கமருந்து கொடுத்திருக்கிறார்கள். 'அவர் பணத்தை எண்ணி முடித்ததும் பாலைக் குடித்துவிட்டுப் படுத்துக் கொண்டார்' என்று போஸ் சொன்னபோதே எங்களுக்கு அந்தச் சந்தேகம் வந்துவிட்டது. அதில்தான் மயக்கமருந்து கலக்கப்பட்-

டிருக்க வேண்டும் என்று ஊகிக்கிறோம்" என்றாள் தன்யா.

9

பகுதி 9

அங்கிருந்த எல்லோருமே தன்யாவை அதிர்ச்சியோடு பார்த்தார்கள். "யெஸ், இன்று நம் கேஸ் பல திருப்பங்களைச் சந்தித்துவிட்டது, இல்லையா? மோட்டிவ் என்ற ஒரே கண்ணோட்டத்தில் நாம் முதலில் மூவர் மீது சந்தேகப்பட்டோம் — உத்தம், விமல், சுபகுமார்.

"இப்போது இன்னும் மூவர் நம் சந்தேக வட்டத்திற்குள் வருகிறார்கள் — தெய்வநாயகத்தின் மகனாக நடித்த குணசீலன், ஒரு பெரிய சதித்திட்டத்தின் சூத்ரதாரியாக இருந்த வக்கீல் வேணுகோபால், மற்றும்... வேலைக்காரன் ஜெயவேல்."

"என்னது! என் மேல சந்தேகப்படறீங்களா?" என்று அலறினான் அதுவரை சற்றுத் தள்ளி நின்று நடப்பதைக் கவனித்துக் கொண்டிருந்த ஜெயவேல். "அம்மா, நான் தெய்வநாயகம் சாரோட அன்பிலேயே வளர்ந்தவன். இன்னிக்கு நான் சாப்பிடற சாப்பாடு, அவர் போட்ட பிச்சை. நான் எங்க சாரைக் கொல்லணும்னு மனசால்கூட நினைக்க மாட்டேம்மா! அப்படியெல்லாம் சொல்லாதீங்க!" என்று சொல்லிவிட்டுக் கண்களைத் துடைத்துக் கொண்டான்.

"அப்போ நீ தெய்வநாயகம் சாரோட பால்ல யார் சொல்லி மயக்கமருந்தைக் கலந்தேன்னு சொல்லிடு" என்றாள் தன்யா, நிர்த்தாட்சணியமாக.

ஜெயவேல் விழித்தான். "ஜெயவேல்! நீ சொன்னது எல்லாமே சரி. உனக்குத் தெய்வநாயகம் சார் மேலே மிகுந்த அன்பும் நன்றி உணர்ச்சியும் இருந்தது. அதையெல்லாம் யாராலும் போக்கமுடியாது. அப்படிப்

போக்கும் சக்தி வாய்ந்தது ஒன்றுதான் — பணம்! அளவுக்கு அதிகமான பணம்! உன் வாழ்நாளிலே நீ பார்த்தறியாத, உனக்குக் கிடைக்கும்னு நீ நினைச்சுக்கூடப் பார்க்க முடியாத அளவு பணம்! குறைஞ்சது பத்து கோடி!

"தன்னுடைய அறையில் அவர் பணத்தை வைத்துக் கொண்டு எண்ணுவதை நீ பார்த்தபோதுதான் உனக்குச் சபலம் தட்டியிருக்க வேண்டும். அன்றிரவு அவருக்குப் பால் கொடுக்கும்போது அதில் நீ மயக்கமருந்தைக் கலந்திருக்கிறாய். அது உனக்கு எப்படிக் கிடைத்தது?" என்று தன்யா கேட்க, மௌனமாக நின்றான் ஜெயவேல்.

"எங்க மாமா ரூம்லேர்ந்தே கிடைத்திருக்கும். அவருக்குத் தூக்க மாத்திரை சாப்பிடற வழக்கம் உண்டு" என்றான் விமல் வெறுப்பாய்.

"தாங்க்ஸ், விமல். அதனை அவர் பணத்தை எண்ணி முடித்துவிட்டு இரண்டு மணி வாக்கில் கூடித்திருக்க வேண்டும். அதன் விளைவாக, கதவைத் தாழிடாமலே படுக்கையில் மயங்கி விழுந்தார் தெய்வநாயகம். இதன்பின்தான் நாம் முன்பு சொன்ன நிகழ்வுகள் எல்லாம் நடந்தன.

"தெய்வநாயகத்தைச் சந்திக்க விரும்பிய குணசீலன் மற்றும் வேணுகோபால், அவரைக் கொல்ல நினைத்த விமல் யாருமே அவர் அறையை நெருங்கவே முடியவில்லை! காரணம், அன்றிரவு நடமாடிக் கொண்டேயிருந்த சுபகுமார். அவருக்கு முன் வந்த உத்தம் சில நகைகளை எடுத்துக் கொண்டு கதவைச் சார்த்திச் சுபகுமார் நினைத்திருந்தாலும் அவரும் உள்ளே நுழைய முடியாத நிலையை ஏற்படுத்தி விட்டார்."

"அன்று பனிரெண்டு மணிக்கு மேல் லாயர் வந்தபிறகு அதே வழியாக உள்ளே வந்த ஜெயவேல் தன் காரியத்தை முடிக்க நேரம் பார்த்துக் கொண்டே இருந்திருக்கிறான். மூன்றரை மணியளவில் சுபகுமார் தன் அறைக்குத் திரும்பியதும் அவன் தெய்வநாயகத்தின் அறைக்குச் சென்று அவரைக் கொன்றுவிட்டுப் பணத்தை எடுத்துக் கொண்டு ஓடிவந்துவிட்டான். அறைக் கதவு திறந்திருப்பதையும் தெய்வநாயகம் மரணமடைந்ததையும் பணம் மறைந்துவிட்டதையும் கண்ட அதிர்ச்சியிலும் பயத்திலும் அவர்கள் கதவைப் பூட்டிவிட்டுத் தங்கள் அறையில் முடங்கிக் கொண்டனர். இவை எதுவுமே தெரியாத விமல், தன் சித்தப்பாவைக் கொல்லக் கத்தியுடன் புறப்பட்டிருக்கிறார். அறைக்கதவைத் திறக்க முடியாமல் திரும்ப வந்துவிட்டார்."

தன்யா விளக்கி முடித்ததும் அங்கே ஒரு அசந்தர்ப்பமான மௌனம் நிலவியது.

"நான் இல்லீங்க, நான் சத்தியமா இல்லீங்க" என்றான் ஜெயவேல் பரிதாபமாய்.

"தன்யா, ஜெயவேல் மூன்றரை மணிக்குத் தெய்வநாயகத்தின் அறையை அடைந்திருந்தால் அவனால் எப்படி உள்ளே நுழைய முடிந்தது? அவனுக்கு மட்டும் தெய்வநாயகம் கதவைத் திறப்பாரா? அப்படியே வைத்துக் கொண்டாலும் அவர் அப்போது ஆழ்ந்த மயக்கத்தில் அல்லவா இருந்தார்? கதவைத் திறந்து வைத்துவிட்டு அவர் மயங்கியிருந்தாலும் உத்தம் அதைச் சார்த்திவிட்டாரே! தானாகப் பூட்டிக் கொள்ளும் கதவு அல்லவா அது?" என்றான் தர்மா, அங்கிருந்த எல்லோருடைய குரலாக.

"என்ன தர்மா இப்படிக் கேக்கற? என்னதான் மயக்க மருந்து கொடுக்கப்பட்டாலும், தெய்வநாயகம் அந்தப் பாலைக் குடிப்பார்னோ, அல்லது கதவைத் திறந்து வைத்துக்கொண்டே மயங்கி விழுவார்னோ ஜெயவேல் எப்படி எதிர்பார்க்க முடியும்? அவன் எல்லாத்திற்கும் தயாராகத் தான் இருந்திருக்கணும் என்பது அவன் கையோடு கத்தி கொண்டு போனதிலேயே தெரியலையா? இதில் வேடிக்கை என்னவென்றால் தெய்வநாயகத்தைக் கொல்லணும்னு நினைச்ச எல்லோருமே ஆயுதமாகக் கத்தியைத் தேர்ந்தெடுத்தது தான்!

"அப்புறம் ஜெயவேல் கதவை எப்படித் திறந்தான்னு கேக்கறீங்க. எல்லோரும் கவனமாகக் கேளுங்க. என்னதான் ஃபிங்கர்ப்ரிண்ட் லாக் உள்ள கதவானாலும், ஒரு அவசரத்திற்கு அதைத் திறப்பதற்கோ, அல்லது வேறு ஃபிங்கர்ப்ரிண்ட் புரோகிராம் செய்வதற்கோ அதில் சாவி போடும் ஆப்ஷனும் கொடுத்திருப்பார்கள்" என்று தன்யா சொன்னதும் எல்லோருக்கும் தூக்கிவாரிப் போட்டது.

"அந்தச் சாவியை இவர்கள் யார் கண்ணிலும் படாமல் தெய்வநாயகம் மறைத்து வைத்திருப்பார் என்பதில் சந்தேகமில்லை. இவர்கள் மீது கொண்ட அவநம்பிக்கையால் தான் அவர் இப்படிப்பட்ட கதவை அமைத்ததே! அந்த இடத்தை அறிந்து அதை எடுக்கக்கூடிய வாய்ப்பு இந்த வீட்டிலேயே ஜெயவேலுக்கு மட்டும்தான் இருக்கு. நமக்கு இந்தச் சந்தேகம் வந்துவிடக் கூடாது, தெய்வநாயகம் சாரே அதைத் திறந்துவிட்டாற்போல் இருக்க வேண்டும் என்பதற்காகத்தான் கொலை செய்து

பணத்தையும் நகைகளையும் எடுத்துக் கொண்ட ஜெயவேல், கதவைத் திறந்தே வைத்துவிட்டான். அவ்வளவு சொத்தை எடுத்துக் கொண்டு அவன் யாருமறியாமல் வெளியே போவது கஷ்டம். எனவே மூட்டை-யாகக் கட்டிக் கயிறு மூலம் பால்கனி வழியே வீட்டுக்கு வெளியே இறக்கி வைத்துவிட்டு, தானும் வெளியே வந்து எடுத்துக் கொண்டான் என்று ஊகிக்கிறேன். பிறகு அப்பாவி போல் அவுட்-ஹவுஸ் சென்றுவிட்-டான். அந்தப் பணம் இன்னும் இந்தக் காம்பவுண்டிற்குள்ளேயே மறைச்சு வைக்கப்பட்டிருக்கா, அல்லது யாராவது அக்கம்ப்ளிஸ் மூலமா வெளியே போயிடுச்சான்னு நீங்கதான் கண்டுபிடிக்கணும், போஸ்" என்று முடித்-தாள் தன்யா.

"யார் அந்த அப்ரசண்டின்னு சீக்கிரம் கண்டுபிடிச்சுடலாம்" என்றான் போஸ் உற்சாகமாக. "இதற்கெல்லாம் காரணம் ஜெயவேல் தான் என்-பதை அந்த அப்ரசண்டியோட வாக்குமூலம் இல்லேன்னா நிரூபிக்க முடியாதே!"

"ஏன் முடியாது? இந்தக் கதவோட சாவியை அவன் தன் ட்ரஸ்-ஸிலோ, வீட்டிலோ மறைத்து வைத்திருப்பான், அல்லது இங்கேயே மறு-படி கொண்டுவந்து வைத்திருப்பான். அதைப் பிடியுங்க. அவனிடம் அது இல்லைன்னாலும் அவன் கைரேகை அதில் நிச்சயம் இருக்கும். அப்பு-றம் அந்த... அப்ரசண்டி... அவனைப் பிடிச்சுட்டா பணத்தையும் மீட்-டுடலாம்" என்றாள் தர்ஷினி சிரிப்புடன்.

"வெல்டன்!" என்று கூவினான் போஸ். "சும்மா சொல்லக்கூடாது, தன்யா, தர்ஷினி! கலக்கிட்டீங்க போங்க!" என்று மனதாரப் பாராட்டி-னான்.

10

பகுதி 10

நேரம்: மறுநாள் மாலை

இடம்: சதுரா டிடக்டிவ் ஏஜன்சி

"நன்றி சார். ஆனா இதன் பெருமை எல்லாம் தர்மாவுக்குத்தான். அவன் தான் முக்கியமான சில விஷயங்களைக் கவனித்துச் சொன்னான்" என்றாள் தன்யா நிறைவுடன்.

"அட, பெருமை எல்லாம் காசாகுமா? எனக்கு இந்தக் கள்ளக் கடத்தல் கும்பலைப் பிடிச்சு ஆதாரத்தோட தண்டனை வாங்கிக் கொடுத்தா பேருக்கு ரிவார்ட் தருவாங்க. உங்களுக்கு? இப்போ மீட்கப் போற பணத்தில் அஞ்சு பர்செண்ட்னா எவ்வளவு?" என்றான் போஸ் சற்றே பொறாமையாய்.

தர்மா மென்மையாகச் சிரித்தான்.

"இப்போ மீட்கப் போற பணத்தை அரசாங்கத்துக்கு டிக்ளேர் பண்ணி, அவங்க போடற வரியைக் கட்டியபிறகு கிடைக்கும் மிச்சத்தில் அஞ்சு பர்செண்ட் என்று சொல், போஸ். அதை ஒரு கண்டிஷனாகவே உத்தம், விமல், சுபகுமார் கிட்ட சொல்லிட்டேன். இதற்கு முன்பு தெய்வநாயகம் எழுதிய உயிலில் இவங்க மூணு பேரைத்தான் வாரிசுகளாக அறிவிச்சிருக்கார். அது நல்லவேளையா இன்னும் மாற்றப்படலை."

"உங்களுக்கு நல்லவேளைதான். ஆனால் உங்க திறமைக்குத் தகுந்த சன்மானம் தான் இது. கேஸில் ஒரு மர்மம் விடாம எல்லாத்தையும் விளக்கிட்டீங்களே!" என்று வியந்தான் போஸ்.

"இல்லை போஸ், இன்னும் ஒரு மர்மம் விளக்கப்படல. அது விளக்கப்படும் என்றும் தோணல" என்றாள் தன்யா.

"அப்படி என்ன மர்மம்?" என்று ஆச்சரியமாகக் கேட்டான் போஸ்.

தர்மா, தன்யா, தர்ஷினி மூவரும் ஒரே குரலாய் ஒலித்தார்கள்.

"அன்றிரவு ஹாலில் உலவிய சுபகுமார் தூக்கத்தில் நடந்தாரா, அல்லது நினைவுடன் இருந்தாரா?"

(முற்றும்)

அபாயம், அபாயம் அம்ருதா!

11

பகுதி 1

"அம்ருதாவோட உடல்நிலை இப்போ சீராகிடுச்சு. நீங்க கவலைப்பட வேண்டாம்" என்றார் டாக்டர் அருள்மொழி.

"ஆனா அவ கண்ணை முழிச்சுப் பார்க்கவேயில்லையே டாக்டர்! அடிக்கடி கண்ணிமை அடிச்சுக்கிட்டு ஏதோ அனத்தறா, அவ்வளவுதான் எங்களுக்கெல்லாம் ரொம்பப் பயமாயிருக்கு" என்றார் பஞ்சாபகேசன்.

"மிஸ்டர் பஞ்சாபகேசன்! அதைப் பற்றிப் பேசத்தான் உங்களைக் கூப்பிட்டனுப்பிச்சேன். உங்க மகளுக்கு இருந்த உடல்நிலைப் பிரச்சனைகள் - பீபி அலார்மிங்கா ஏறியிருந்தது, ஹை ஃபீவர் இருந்தது, உடல் முழுக்கக் கொடூரமான காயங்கள் இருந்தது - அதையெல்லாம் கண்ட்ரோல் பண்ணிட்டோம். ஆனா அவளை ஒரு அதிர்ச்சி தாக்கியிருக்கு. அதனால அவ மனசளவில ரொம்பப் பாதிக்கப்பட்டிருக்கா. அந்தப் பாதிப்பைக் கண்டுபிடிச்சு ஸைக்கலாஜிக்கலா அவளுக்கு ட்ரீட்மெண்ட் தராட்டா அவளுடைய இந்த நிலை சரியாக சான்ஸ் இல்லை. இதனால் மறுபடி உடல்நலம் பாதிக்கப்படவும் சான்ஸ் இருக்கு. ஸோ நீங்க அதுக்கு வழி பாருங்க" என்றார் டாக்டர்.

பஞ்சாபகேசன் தயங்கினார். பிறகு மெதுவாக "டாக்டர்! உங்களுக்குத் தெரியும் அம்ருதாவுக்கு என்ன ப்ராப்ளம்னு. அவ யாராலோ... மொலெஸ்ட் பண்ணப்பட்டிருக்கா..."

"அப்படிப்பட்ட ஒரு சம்பவம் எந்தப் பெண்ணுடைய வாழ்விலும் பெரிய அதிர்ச்சிதான். என்றாலும் தன்னை விடுவிச்சுக்க உங்க பெண் ரொம்ப நேரம் போராடியிருக்கான்னு தெரியுது. அப்போ அவளைத்

தாக்கிய அதிர்ச்சி போல இல்லை இப்போ அவ நிலை. ஏதோ திடீர் அதிர்ச்சியால பாதிக்கப்பட்டவங்கதான் இந்த மாதிரி நிலைக்கு ஆளா-வாங்க. ஒரு சோகமான செய்தியைத் தாங்கிவர டெலிபோன் செய்தி, இல்ல... உங்களுக்குப் புரியறதுக்காக ஒரு உதாரணம் சொல்றேன். உங்க பொண்ணு அவளைக் கடத்தினவங்க கிட்டயிருந்து தப்பிச்சு வரும்-போது திடீர்னு ஒரு தீப்பிடிச்சு எரியற வீட்டைப் பார்த்தா அல்லது மாட்டிக்கிட்டான்னு வெச்சுக்கோங்க. ஏற்கெனவே பலவீனமா இருக்கற அவளை இந்த அதிர்ச்சி கொடுமையா பாதிக்கும். அந்த நிலையில்தான் அவ இருக்கா. ஸோ, அவளை முழுமையா நாம குணப்படுத்தணும்னா, அங்கே என்ன நடந்ததுங்கறது நமக்கு முழுமையா தெரியணும். அதுக்கு வழி பாருங்க. போலீஸ்க்குப் பிரஷர் கொடுத்துச் சீக்கிரமா கல்பிரிட்ஸைப் பிடிச்சு அவங்களை விசாரிக்கச் சொல்லுங்க. இது எவ்வளவு சீக்கிரம் நடக்குதோ அவ்வளவு நல்லது" என்று கூறியவாறே எழுந்தார் டாக்டர் அருள்மொழி.

12

பகுதி 2

"என்னப்பா சொல்றேள்?" அதிர்ச்சியுடன் கேட்டாள் அக்ஷயா.

"ஆமாம்மா. உன் அக்கா மயக்கம் தெளிஞ்சு மறுபடி பழைய மாதிரி ஆகணும்னா, அவளுக்கு என்ன நடந்ததுன்னு நாம முழுமையா தெரிஞ்சுக்கிட்டே ஆகணும். பத்திரிகைகளில் விஷயம் வந்து ரசாபாசமா ஆகிடக் கூடாது, அவ வாழ்க்கையோட சேர்ந்து உன்னோட வாழ்க்கையும் பாழாகிடக் கூடாதுன்னுதான் போலீசை இந்த விஷயத்தை அதிகமா கண்டுக்க வேண்டாம்னு கேட்டுண்டோம். ஆனா இப்போ நாமே அவாளண்ட போய் இந்தக் கேஸைச் சீக்கிரம் துப்பறிஞ்சு உண்மைகளைகளைக் கண்டுபிடிங்கோன்னு சொன்னா கேப்பாளா? அப்படியே கேட்டாலும் விஷயம் வெளியே போயிடுச்சுன்னா நம்ம குடும்பத்துக்குக் கெட்ட பேர் வந்துடுமே" என்றார் பஞ்சாபகேசன், கட்டிலில் பேச்சு மூச்சன்றி படுத்துக் கிடந்த தன் மூத்த மகள் அம்ருதாவைப் பார்த்தவாறே.

"தாயே கற்பகாம்பா! ஏண்டி என் குடும்பத்தை இப்படிச் சோதிக்கறே?" என்று தழுதழுப்புடன் அங்கலாய்த்தாள் அம்மா பத்மாக்ஷி.

"நீங்க கவலைப்படாதீங்கோ அப்பா. இதுக்கு நான் ஒரு வழி கண்டுபிடிக்கறேன்" என்றாள் அக்ஷயா.

"வேண்டாம்மா. ஒரு பொண்ணை நினைச்சு நாங்க துடிக்கறது போதும். நீ வேற எதையாவது கண்டுபிடிக்கறேன்னு ஆபத்தில் மாட்டிண்டுடாதே" என்று பதறியவாறே கூறினார் பஞ்சாபகேசன்.

"அப்படியெல்லாம் ரிஸ்க் எடுக்க மாட்டேம்ப்பா, கவலைப்படாதீங்கோ. ஆனா கண்டிப்பா இதுக்கு ஸ்டெப்ஸ் எடுத்துக்கணும். அக்கா

நமக்கு வேணும்ப்பா. பழைய மாதிரி கலகலன்னு சிரிச்சுப் பேசிண்டு, விளையாடிண்டு... நிச்சயம் வேணும்" கண்ணீர்ப் பசையற்ற அக்ஷயா-வின் குரலில் டன்டன்னாய் உறுதி தொனித்தது.

13

பகுதி 3

"தர்மா, கொஞ்சம் ஆஃபீஸ் ரூமுக்கு வரயா?" என்று கேட்டவாறே உள்ளே வந்தாள் தன்யா.

"நான் கண்டிப்பா வரணுமா? நீங்களே ஹாண்டில் பண்ணிக்கோங்களேன். அடுத்த இஷ்யூ ஆர்ட்டிக்கில்ஸ் பார்த்துக்கிட்டிருக்கேன். ஒரு புராணக் கதை... அதாவது அசுரர்களின் தாயான திதி இந்திரனை வெல்கிற ஒரு மகனைக் கர்ப்பம் தரிச்சிருக்கான்னு கேள்விப்பட்ட இந்திரன், தன் மாற்றாந்தாய்க்குப் பணிவிடை செய்ய வரான்... அவள் எதிர்பாராத ஒரு நேரத்தில் அந்தக் கருவையே அழிக்கப் பார்க்கிறான். அதாவது அவ கூடவே நல்லவன் மாதிரிப் பழகி, அவளுடைய பழக்கவழக்கங்கள் தெரிஞ்சுண்டு... பரிணாமத்தின் இத்தனை உயர்ந்த ஸ்டேஜ்லகூடச் சூதும் சதியும் இருக்கு, பார்த்தியா? அப்புறம் அந்தக் கரு சப்த மருத்துக்களா மாறிச்சுன்னு வெச்சுக்கோ, இருந்தாலும்..."

"தர்மா..." குரலை உயர்த்தி இடைமறித்தாள் தன்யா. "நீயுமாச்சு, உன் பாரத புத்ராவுமாச்சு. இப்போ புராணக் கதைக் கேட்கிற நேரமான்ன? பாவம், பெரிய பிரச்சனையைத் தூக்கிக்கிட்டு ஒரு பொண்ணு நம்மைப் பார்க்க வந்திருக்கு!"

"சரி, வா" என்று தன்யாவுடன் அந்தக் கட்டிடத்திலேயே இருந்த சதுரா துப்பறியும் நிறுவன அலுவலக அறையை அடைந்தான் தர்மா. அங்கே தன்யா சொன்ன பெண்ணுடன் இன்ஸ்பெக்டர் போஸூம் அமர்ந்திருப்பதைப் பார்த்து ஆச்சரியப்பட்டுப் போனான்.

"வா, போஸ்" என்று சொல்லிவிட்டுத் தன் நாற்காலியில் அமர்ந்தான். அக்ஷயாவைப் பார்த்துக் கைகூப்பினான்.

"இவர் தர்மா. இந்த ஆர்கனைசேஷன் சீஃப்" என்றாள் தன்யா. "சொல்லுங்க அக்ஷயா, நாங்க உங்களுக்கு என்ன உதவ முடியும்?"

"நான் சொல்றேன்" என்றான் போஸ். "மயிலாப்பூர்ல நான் கோயில் பக்கத்துலதான் குடியிருக்கேன்னு உங்களுக்குத் தெரியுமில்லையா? இவங்க ஃபாமிலி அதே தெருவில்தான் இருக்கு. இவள் அப்பா மிஸ்டர் பஞ்சாபகேசன் ஸ்கூல் டீச்சர். ப்ரில்லியண்ட் மாதமடீஷியன். ரிடையரானதும் வைதீக காரியங்களுக்குப் போக ஆரம்பிச்சார். அம்ருதா, அக்ஷயான்னு கண்ணுக்கு லக்ஷ்மிகரமா இரண்டே பெண்கள்.

"அம்ருதா காலேஜ்ல லெக்சரரா இருக்கா. அதோடு குழந்தைகளுக்கெல்லாம் ட்யூஷனும் சொல்லிக் கொடுப்பா. அரியர் வெச்சிருக்கற சில காலேஜ் ஸ்டூண்ட்ஸூம் அவகிட்ட ட்யூஷன் படிக்கறாங்க...

"ஒருநாள் அம்ருதா விடிகாலையில டாக்ஸி ஏற்பாடு பண்ணிக்கிட்டு செங்கல்பட்டுக்கு ஃப்ரெண்ட் கல்யாணத்திற்குப் போயிட்டுத் திரும்பிக்கிட்டிருந்தா. கார் ரிப்பேராகிட்டதால பஸ் ஸ்டாண்டுக்கு நடந்து வரும்போது சில ரவுடிங்க அவளை மடக்கிக் கலாட்டா பண்ணியிருக்காங்க. மொலெஸ்டேஷன்... நாசம் பண்ணிட்டாங்க அவளை. சாடிஸ்ட்ஸ்... முகத்தில் திராவகம் வீச இருந்தாங்க போல. திராவகத் துளிகள் சிந்தியிருந்தது. ஆனா செய்யல. ரோட்டோரமா மயங்கிக் கிடந்த அம்ருதாவை யாரோ நல்லவங்க ஆஸ்பத்திரில சேர்த்துட்டுப் போலீஸ்க்கும் தகவல் கொடுத்துட்டாங்க..."

"ஸார்... இது நடந்து ஒரு மாசமாகப் போறது" தழுதழுப்பாய் இடைமறித்தாள் அக்ஷயா. "இன்னும் அக்கா கண் முழிச்சுப் பார்க்கல. இப்போ டாக்டர் வேறொரு விஷயம் சொல்றார்..." என்று இந்க் கதையின் ஆரம்பத்தில் டாக்டர் அருள்மொழி கூறியதை விளக்கினாள். "ஸோ இப்போ அக்காவை இந்தக் கதிக்கு ஆளாக்கினவங்களை உடனே கண்டுபிடிக்க வேண்டிய நிலை உருவாகிடுத்து. அவளைத் தாக்கிய அந்த அடுத்த அதிர்ச்சி என்னன்னு நாம தெரிஞ்சுண்டே ஆகணும்..."

"போலீஸ் எந்தவிதமான பப்ளிசிட்டியும் இல்லாம இந்த வழக்கைத் துப்பறிஞ்சுக்கிட்டிருக்கு. இருந்தாலும் உங்க கோண மூளைக்கு ஏதாவது யோசனை தோணலாம்னுதான் இங்கே வந்தோம்" என்றான் போஸ்.

சிறிது நேரம் மௌனம். தன்யா தீவிரமாக யோசித்தாள்.

ஏன் இந்தக் கேஸ் பற்றி யோசிக்கும்போது தர்மா சொன்ன இந்திரன் கதை எனக்கு நினைவுக்கு வந்துகொண்டே இருக்கிறது?

"கார் ரிப்பேராகிடுத்து, சரி. அப்போ ட்ரைவரும் மெகானிக்கைக் கூப்பிட ஊர்ப்பக்கம் வந்திருப்பானே? ஏன் அம்ருதா தனியா போனா?" என்று கேட்டாள் தர்ஷினி திடீரென்று.

"அம்ருதா பக்கத்தில் இருந்த பஸ் ஸ்டாண்டுக்குப் போனா. ட்ரைவர் எதிர்த்த சைட் ஊரை நோக்கிப் போனான். பஸ் கிடைக்கறதுக்குள்ள கார் சரியாகிட்டா அவங்களைப் பிக்கப் பண்ணிக்கறதா சொல்லியிருந்தானாம்" என்று விளக்கினான் போஸ்.

தன்யா தலையசைத்து மறுத்தாள். "நோ போஸ். எந்த டாக்ஸி ட்ரைவரும், நல்லவனா இருந்தா, தனியா வந்திருக்கற லேடி பாஸெஞ்சரை முதலில் பஸ்ஸில் ஏற்றி விட்டுட்டுத்தான் வேறு பக்கம் போவான். அல்லது ஊருக்கே அவளையும் கூட்டிக்கிட்டுப் போயிடுவான், வேறு டாக்ஸி அமர்த்தித்தர. அத்துவானக் காட்டில் வயசுப் பெண்ணைத் தனியா விட்டுட்டுப் போகமாட்டான்" என்றாள்.

"ஊரு மூணு கிலோமீட்டர் தொலைவு. வேகாத வெயிலில் எப்படி நடக்கறதுன்னு அம்ருதாவே யோசிச்சிருக்கலாம். அதைவிட ஒரு கிலோமீட்டருக்குள் இருந்த பஸ் ஸ்டாண்டுக்கே போய் வெயிட் பண்ணலாம்னு அவ நினைச்சிருக்கலாம். பகல் வேளைதானே, பயம் இல்லைன்னு டாக்ஸி ட்ரைவரும் நினைச்சிருக்கலாம்" என்றான் போஸ், தயக்கமாக.

இப்போது தர்மா தலையசைத்தான். "த கர்ல்ஸ் ஹாவ் அ வாலிட் பாயிண்ட். நீ அந்த ட்ரைவரைப் பிடிச்சு விசாரி" என்றான்.

"போலீஸ்க்கும் கொஞ்சம் க்ரெடிட் கொடுங்க, மக்களே! ட்ரைவர் மேலதான் எங்க முதல் சந்தேகம் விழுந்தது. ஸோ நாங்க அவனை லாக்கப்பில் வெச்சுப் பார்ட் பார்ட்டா கழட்டிட்டோம். ஆனா அவன் ஸ்டேட்மெண்ட் சரி. அவன் பக்கத்து ஊருக்கு வந்தது, அங்கிருந்து மெகானிக்கைக் கூட்டிக்கிட்டு காருக்கு வந்து அதிலிருந்து ஒரு பார்ட்டைக் கழட்டி எடுத்திக்கிட்டு மறுபடியும் போய் அதை ரிப்பேர் செய்துக்கிட்டு வந்து அதை மாட்டிக்கிட்டுக் கிளம்பும்போது மூணு மணிநேரம் ஆகிடுச்சு. ஆனா அவன் பஸ் ஸ்டாண்ட்ல பார்த்திருக்கான். அங்கே அப்போ வெயிட் பண்ணிக்கிட்டிருந்த ஒருத்தரையும் விசாரிச்சிருக்கான்.

அவருக்கு அம்ருதா பற்றி ஒண்ணும் தெரியலை. அதோட அவன் நல்ல ரெகார்ட் உள்ளவன். அம்ருதாவோட ஸ்டூடண்ட் - காலேஜ்ல, தவிர அவகிட்ட ட்யூஷன் படிக்கிறவன் - அவன்தான் டாக்ஸி கொண்டுவந்திருக்கான். அவன் வழக்கம்போல மத்தியானம் ட்யூஷனுக்கு வந்தபோது அம்ருதா இன்னும் வரலைன்னு தெரிஞ்சிருக்கு. அவன் தான் போலீஸைக் கூப்பிட்டவன். டாக்ஸி ட்ரைவரையும் அவன்தான் காட்டினான்."

"அவன் பேரு முரளி" என்றாள் அக்ஷயா. "நல்ல பணக்கார வீட்டுப் பையன். ரொம்ப நல்லவன். என்னை நிமிர்ந்துகூடப் பார்க்க மாட்டான். குரலை உயர்த்திப் பேச மாட்டான். அர்ரியர்ஸ் இருந்ததால அம்ருதாகிட்ட ட்யூஷனுக்கு வந்தான்."

தன்யா எழுந்து மெதுவாக உலாத்தினாள். "போஸ்! எனக்கு ஒரு ஹெல்ப் பண்றீங்களா? ஜஸ்ட் என் திருப்திக்காக" என்றாள்.

"டெஃபெனெட்லி! சொல்லு தன்யா" என்றான் போஸ்.

"இந்த முரளியைப் பற்றிக் காலேஜ்ல கொஞ்சம் விசாரிங்களேன். என்ன மாதிரி டைப், எத்தனை அர்ரியர்ஸ் வெச்சிருக்கான், இதெல்லாம்..."

"நல்ல மார்க்ஸ் தான் வாங்கியிருக்கான். அக்காவோட சப்ஜெக்ட்ல மட்டும்தான் அர்ரியர்ஸ்" என்றாள் அக்ஷயா.

"சரி, எதுக்கும் விசாரிச்சுடுங்க" என்றாள் தன்யா.

14

பகுதி 4

இரண்டு நாட்கள் போஸ் சதுரா பக்கம் எட்டியும் பார்க்கவில்லை. மூன்றாவது நாள் சில கான்ஸ்டபிள்கள், நான்கு கைதிகள், மேலும் அக்ஷயா, பஞ்சாபகேசன் புடைசூழ வந்து இறங்கித் தடபுடல் செய்துவிட்டான்.

"தர்மா! மீட் மிஸ்டர் முரளி" என்றான் கைவிலங்கோடு நின்ற ஒருவனைக் கைகாட்டி.

தர்மா மெதுவாக எழுந்தான்.

தன்யா, தர்ஷினி போஸை வியப்புடன் பார்த்தார்கள். "என்ன அப்படிப் பார்க்கறே தன்யா? நீ கோடு போட்டுட்ட, நாங்க ரோடு போட்டுட்டோம். நீ சொன்னபடி காலேஜில் விசாரித்தோம். முதலில் ஒண்ணும் பெயரல. அப்புறம் கொஞ்சம் டீப்பா..." போஸின் கைகளில் லட்டி சுழன்றது... "விஷயங்கள் கொட்ட ஆரம்பிச்சுடுச்சு. அது அடானமஸ் காலேஜ். முரளி எல்லா சப்ஜக்ட்லயும் நல்ல மார்க். படிச்சு வாங்கினதில்ல, எல்லா டீச்சர்களையும் அவன் அப்பா சரியா கவனிச்சுடுவார், அதனால.

"அம்ருதா கிட்ட இவன் ஏதோ மிஸ்பிஹேவ் பண்ணியிருக்கான். அம்ருதா அவனைச் செருப்பால அடிச்சிருக்கா. அவன் அப்பா கொடுத்த பணத்தையும் வாங்க மறுத்து அவன் பேப்பரைக் கரெக்டா திருத்தியிருக்கா. அவன் அவள் சப்ஜெக்ட்ல மட்டும் ஃபெயில்.

"முரளி பழிவாங்கத் துடிச்சான். ஆனா நல்லவன் மாதிரி நடிச்சு அம்ருதாகிட்ட மன்னிப்புக் கேட்டிருக்கான். அவகிட்டயே ட்யூஷனும் சேர்ந்து, அவ நடவடிக்கைகளை வாட்ச் பண்ணி, சரியான சந்தர்ப்பத்-

தில்..."

"இந்திரன் மாதிரி" என்றாள் தன்யா. தர்மாவுக்கு மட்டும் புரிந்தது.

"சொல்றா ராஸ்கல்" என்று முரளியை லட்டியால் வீறினான் போஸ்.

"அடிக்காதீங்க ஸார்" என்று வீறிட்டான் அவன். "அம்ருதா செங்கல்பட்டு போறாங்கன்னு தெரிஞ்சது. நானே டாக்ஸி ஏற்பாடு பண்ணி, நடுக்காட்ல நிறுத்திட்டுப் போகச் சொன்னேன். நாங்க நாலு பேர் சேர்ந்து அவங்களைக் கார்னர் பண்ணி..."

தன்யாவின் உடல் நடுங்கியது. தர்ஷினி கண்களை மூடிக் கொண்டாள்.

"அவங்க மயக்கம் தெளிஞ்சதும் அவங்க முகத்தில திராவகம் வீசிட்டு ஓடிடணும்னு பிளான். ஆனா அவங்க எழுந்ததும் எங்களோடப் போராடி விடுவிச்சுக்கிட்டாங்க, வேகமா ஓடி ரோடுக்கு வந்துட்டாங்க. அப்போ அங்கே எதிர்த்த ஸைட் தள்ளிச் சில குடிசைங்க தெரிஞ்சாலும் ரோடுக்குப் பக்கத்தில ஒரு சின்னக் குழந்தையைத் தவிர யாரும் இல்லை. அதனால நாங்க மறுபடி அவங்களைப் பிடிக்கப் பார்த்தோம். அப்போ ஒரு லாரி வந்தது. அவங்ககிட்ட வந்து நின்னுடுச்சு. நாங்க பயந்து ஓடிட்டோம்" என்றான்.

தர்மா முரளியை நெருங்கினான். யாரும் எதிர்பார்க்காத ஒரு விநாடியில் அவனைப் பயங்கரமாக அறைந்தான். முரளி வலிதாங்காமல் மயங்கினான். தர்மாவின் கை மறுபடி உயர்ந்தபோது போஸ் அவனை இறுகப் பிடித்துக் கொண்டான். "வேண்டாம், வேண்டாம் தர்மா, ப்ளீஸ். நாங்க பார்த்துக்கறோம், ப்ளீஸ்டா" என்று கெஞ்சினான். தர்மாவின் கண்களில் கனல் அடங்கவில்லை.

"அண்ணா, ப்ளீஸ், கண்ட்ரோல் யுவர்செல்ஃப் அண்ணா" என்றாள் தன்யா கெஞ்சும் குரலில். தர்மா அடங்கினான். (வாழ்க்கையிலேயே முதன்முறையாகத் தன்யா அவனை அண்ணா என்று கூப்பிட்ட அதிர்ச்சியால் இருக்கலாம்!)

"ஓகே, அப்போ அம்ருதாவுக்கு இரண்டாவது அதிர்ச்சி லாரி மோதியதால இருக்குமோ?" என்றான் போஸ்.

"பேத்தாதே. லாரி இடிச்ச இஞ்சுரீஸ் இருந்தா டாக்டருக்குத் தெரியாது?" என்றாள் தன்யா.

கான்ஸ்டபிள்களைக் கைதிகளோடு ஜீப்பில் காத்திருக்கச் சொல்லி அனுப்பினான் போஸ்.

தர்ஷினி மெதுவாக "லாரிக்காரன். சின்னக் குழந்தை" என்றாள்.

"லாரிக்காரனைப் பிடிச்சுடலாம்" என்றான் போஸ்.

"சின்னக் குழந்தை" என்றாள் தர்ஷினி மறுபடியும் தனக்குத் தானே யோசிப்பவளைப் போல. "ரோடுக்குப் பக்கத்தில்..."

தன்யா கையைச் சொடுக்கினாள். "ஐடியா, தர்ஷினி! போஸ், இப்போ ஒரு ஸினரியோ சொல்றேன், கேளுங்க. அம்ருதா முரளி கூட்டத்து கிட்டயிருந்து தப்பிச்சு ஓடி ரோட்டுக்கு வந்திருக்கா. அப்போ அங்கே ஒரு சின்னக் குழந்தை வந்திருக்கு. ஒரு லாரியும் வந்துக்கிட்டிருக்கு. அநேகமா அம்ருதா பாய்ஞ்சு அந்தச் சின்னக் குழந்தையைக் காப்பாற்றி ரோடைவிட்டு நகர்த்தியிருக்கணும். லாரி சடன்-பிரேக் நின்னிருக்கு. பார்த்தா ஒரு குழந்தை, அப்புறம் காயங்களோட ஒரு பொண்ணு மயங்கிக்கிடக்கா. பக்கத்துக் குடிசைக்காரங்க ஹாரன் சப்தம் கேட்டு அப்போ வர ஆரம்பிச்சுட்டாங்க. தன் மேலே ஏதேனும் பழி வந்துடுமோன்னு பயந்து அவன் லாரியைக் கிளப்பிக்கிட்டு ஓடிட்டான். குடிசைக்காரங்க இந்தப் பொண்ணைப் பார்த்து ஆஸ்பத்திரியில் சேர்த்திருக்கணும், தன் குழந்தையை அவ காப்பாத்தியிருக்கான்னே தெரியாம!"

தன்யாவின் விளக்கம் கேட்டுப் போஸ் புன்னகைத்தான். "ஓகே. கற்பனை நல்லாயிருக்கு. ஆனா அந்த ரெண்டாவது அதிர்ச்சி என்ன?"

"லூசா நீ?" என்றாள் தர்ஷினி. "ஒரு லாரி வேகமா வந்துக்கிட்டுருக்கு. ஒரு பச்சைக் குழந்தை ரோடை நோக்கி வருது. சுற்றி யாரும் இல்லை. அதை ரோடிலிருந்து நகர்த்தி இவளும் கீழே விழுந்திருக்கா. போதாது அதிர்ச்சி?"

"குழந்தை அடிபடாம தப்பிச்சுடுத்தாங்கறதுதான் அவ மனசுல இருக்கற கேள்வியா இருக்கணும். அதைத் தள்ளிவிட்டுட்டு மயங்கிட்டான்னு நினைக்கறேன்" என்றார் பஞ்சாபகேசன் முதன்முறையாக வாயைத் திறந்து.

"தன்யா, உங்க மூணு பேருக்கும் எப்படி நன்றி சொல்றதுன்னே தெரியல, தேங்க் யூ ஸோ மச். வாங்கப்பா, இந்த விஷயம் நம்ம டாக்டர் அருள்மொழி கிட்ட சொல்லலாம்" என்றாள் அக்ஷயா.

"இரும்மா" என்றார் பஞ்சாபகேசன். தர்மாவின் கையைப் பிடித்துக் கொண்டார். "சார், உங்களுக்கு, குறிப்பா உங்க ஸிஸ்டர்ஸ்க்கு, எங்க குடும்பம் காலகாலத்திற்கும் கடன்பட்டிருக்கு. இந்த வழக்கை ஒரே நாள்ள முடிச்சுட்டேளே" என்றார்.

தர்மா மென்மையாகப் புன்னகைத்தான். "சார், இந்த வழக்கு இன்னும் முடியலை. உங்க பெண் அம்ருதாவைத் தயவுசெய்து எனக்குத் தெரிஞ்ச ஹாஸ்பிடல்ல சேர்க்கணும்னு கேட்டுக்கறேன். அங்கே எக்ஸ்பர்ட்ஸ் இருக்காங்க. டாக்டர் அருள்மொழியும் பார்க்கட்டும். அம்ருதா மறுபடி எழுந்து, நடமாடி, பேசி, சிரிச்சு, பாடம் நடத்தறவரை இந்தக் கேஸ் முடியாது சார். என்ன தங்கமான பெண்ணைப் பெற்று வளர்த்திருக்கீங்க! தன் வாழ்க்கையே பறி போய்ட்ட ஒரு விநாடியில், அடுத்த ஆபத்துத் துரத்தும் விநாடியில், லாரியில் மாட்டிக்கற அபாயம் இருந்த விநாடியில் உயிரைப் பணயம் வெச்சு ஒரு குழந்தையைக் காப்பாற்றியிருக்கா சார்! அவளை மாதிரி மனிதர்கள் இந்த நாட்டுக்குத் தேவை!" நெகிழ்வுடன் சொல்லிவிட்டுக் கண்ணில் துளிர்த்த நீரோடு அறையைவிட்டு வெளியேறினான் தர்மா.

தர்மா உணர்ச்சிவசப்பட்டுப் பார்த்தேயிராத தன்யாவும் தர்ஷினியும் அவசரமாக எல்லோரிடமும் தலையாட்டி விடைபெற்றுக் கொண்டு அவனைத் தொடர்ந்தார்கள்.

போஸும் அக்ஷயாவும் பஞ்சாபகேசனும் அவர்களையே பார்த்துக் கொண்டு நின்றார்கள்.

"இந்தக் குழந்தைகள் மாதிரியும் மனுஷா இந்த நாட்டுக்குத் தேவை" என்றார் பஞ்சாபகேசன் கண்ணீருடன்.

நிழல்கள் நீளமானவை

15

பகுதி 1

"எப்போ வராராம் குல்ப்ராண்ட்ஸன்? பேரைப் பார்" என்றாள் தன்யா. இடம்: சென்னையின் பெரிய நட்சத்திர ஹோட்டல் ஒன்றின் லவுஞ்ச்.

தர்மா மென்மையாகச் சிரித்தான். "ஐஸ்லாந்தைச் சேர்ந்தவன். அங்கே எல்லா ஆண்களோட பேரும் 'ஸன்'னு தான் முடியும். பெண்கள் பெயர் 'டாட்டிர்'".

"சரி சரி, புதிய ப்ரிண்ட்டிங் டெக்னாலஜி பற்றி ஏதோ ப்ரெஸெண்ட் பண்ணப் போறார்னு இருந்த வேலையை எல்லாம் விட்டுக் கிளம்பிட்ட, உனக்கு ட்ரைவர் வேலை பார்க்க என்னையும் இழுத்தாச்சு. இன்னும் எவ்வளவு நேரம் காத்திருக்கறது? இதிலே ஃபாரினர்ஸ் எல்லோரும் பங்க்சுவாலிட்டி பற்றி நமக்குக் க்ளாஸ் எடுப்பாங்க" தன்யா படபட-வென்று பொரிந்தாள்.

"அவனுக்கு நம்ம தர்மத்தில் ரொம்ப இன்ட்ரெஸ்ட். எந்தக் கோயில்ல இருக்கானோ இப்போ? இந்த மீட்டிங் முடிஞ்சு ஒருநாள் திரு-வண்ணாமலை கூட்டிப் போகச் கேட்டிருக்கான்" என்றான் தர்மா.

தன்யா மௌனமானாள். "வெயிட், கால் பண்ணிப் பார்க்கிறேன்" என்று கைபேசியை எடுத்தான் தர்மா.

அவன் குல்ப்ராண்ட்ஸன்னின் எண்ணைத் தேடிக் கொண்டிருந்த-போது தன்யா சுற்றுமுற்றும் பார்க்க ஆரம்பித்தாள்.

"ஹலோ, குல்ப்ராண்ட்ஸன், கான் யூ ஹியர் மீ?" என்று தர்மா கேட்டுக் கொண்டிருந்தபோது தன்யா தர்மாவின் தோள்மீது கைவைத்து அவன் கவனத்தைத் திருப்ப முயன்றாள்.

"ஒரு நிமிஷம்" என்று அவளிடம் சொல்லிவிட்டுத் தர்மா மீண்டும் கைபேசியில் கவனமானான். இரண்டு நிமிடத்தில் அழைப்பைத் துண்டித்துவிட்டு, "சொன்னேன் பார்த்தியா, ஏதோ கோயிலுக்குத்தான் போயிருக்கான். எதுன்னு சரியா காதில் விழல. வருகிற வழியில் ட்ராஃபிக்ல மாட்டிக்கிட்டானாம்" என்றான்.

தன்யா அவன் சொல்லுவதைக் கவனிக்கவேயில்லை என்று உணர்ந்ததும் "எங்கே பார்த்துக்கிட்டிருக்க, தன்யா? என்ன விஷயம்?" என்றான்.

"தர்மா, அங்கே பார் போலீஸ்" என்று சுட்டிக் காட்டினாள் தன்யா. தர்மா அதிர்ந்து நிமிர்ந்தான். உடனே தளர்ந்து "ஒண்ணும் இருக்காது, யாராவது விஐபி வந்திருப்பாங்க. இவங்க செக்யூரிட்டிக்கு வந்திருப்பாங்களா இருக்கும்" என்றான்.

"பேத்தாதே, அங்கே பார் டாக்டர். அவங்க ஃபாரன்ஸிக் டீம். செக்யூரிட்டிக்கா இவங்க எல்லாரும் வருவாங்க? ஏதோ க்ரைம் நடந்திருக்கு. எக்ஸ்க்யூஸ் மீ!" என்று குரலை உயர்த்தினாள் தன்யா. தவித்த முகபாவத்தோடு அங்குமிங்கும் போய்க் கொண்டிருந்த ஒரு ஹோட்டலைச் சேர்ந்த ஒரு அதிகாரி சற்று நின்றார். "யெஸ் மேடம்" என்றார் கூண்டில் அகப்பட்ட எலியைப் போன்று சுற்றுமுற்றும் பார்த்துக் கொண்டே.

தன்யா தன் கார்டை நீட்டினாள். அதில் கண்ணைப் போட்டவுடனே வியர்த்தார். "டிடக்டிவ் ஏஜன்ஸி! போலீஸோட வந்திருக்கீங்களா மேடம்?" என்று கேட்டார்.

"நாங்க வேற கேஸ் விஷயமா வந்தோம்" என்றாள் தன்யா. சற்றும் அலட்டிக் கொள்ளாமல் அவள் சொன்ன பொய்யைக் கேட்டுத் தர்மா வியந்தான். "இங்கே என்ன கேஸ்?"

"நீங்க நேரடியாகப் போலீஸிடமே கேட்கலாமே" என்று நல்லவேளை அவர் கேட்கவில்லை. அவர்களுக்கு எதிரே இருந்த சோபாவில் அமர்ந்தார். எந்த நிமிடமும் குதித்து எழுந்துவிடுவார் போல இருக்கையின் நுனியில் தொற்றிக் கொண்டிருந்தார்.

"இங்கே ஒரு ரூமில் ஒரு அசம்பாவிதம் நடந்துட்டது, மேடம்..."

"ஆக்ஸிடெண்ட்?"

"மர்டர்."

"ஐ ஸீ" என்றாள் தன்யா அலட்டிக் கொள்ளாமல். "யார்? டிடெய்ல்ஸ் சொல்லுங்க."

"இங்கே ஒரு எங்கேஜ்மெண்ட் ஃபங்க்ஷன் மேடம். கல்யாணப் பெண்ணோட அப்பா இறந்துட்டார்."

"ஸ்டாப்பிங்கா?"

"ஷாட்."

"யார் செய்தாங்க? ஏதாவது புரிபட்டதா?"

"கல்யாண மாப்பிள்ளை மேலே போலீஸ்க்குச் சந்தேகம் இருக்கு."

போலீஸ் விசாரணையில் பதில் சொல்வதைப் போல அவர் படபட-வென்று பதில் சொல்லிவிட்டு, யாரோ கூப்பிடுவதைக் கண்டதும் தன்யா-விடம் லேசாகத் தலையாட்டி விடைபெற்றுக் கொண்டு பறந்துவிட்டார்.

"தர்மா, விஷயத்தைக் கேட்டேல்ல? இங்கே ஹோட்டல் ஸ்டாஃப்ல யாரோ உனக்கு ஃப்ரெண்டாச்சே! அவரைக் கூப்பிடு, மேலும் விஷயம் தெரிஞ்சுக்கலாம்" என்றாள் தர்மா.

தர்மா அமைதியாக அமர்ந்திருப்பதைப் பார்த்ததும் "என்ன ஆச்சு? ஏதாவது சொல்லணும்னா சொல்லித் தொலை" என்றாள்.

"இப்போ இந்தக் கேஸில் தலையிட வேண்டியது ரொம்ப அவசியம்-தானா ஸிஸ்டர்? குல்ப்ராண்ட்ஸனை மீட் பண்ணத்தான் நாம வந்தது, ஞாபகப்படுத்தறேன்" என்றான் தர்மா சற்றே எரிச்சலாய்.

"ஒரு நிமிஷம்" என்ற தன்யா தன் கைப்பையைத் திறந்து ஏதோ தேடினாள். முன்புறம் சாய்ந்து தர்மாவின் சட்டைப்பையில் கைவிட்டுத் துழாவினாள்.

"என்னத்தைத் தேடறே?" என்று கேட்டான் தர்மா எரிச்சலாய்.

"குல்ப்ராண்ட்ஸன்னை! இங்கே காணுமே! அதான் என் ஹேண்ட்-பேக்கில் அல்லது உன் ஷர்ட் பாக்கெட்டில் இருக்கானான்னு பார்க்கி-றேன்" என்றாள் தன்யா குறுஞ்சிரிப்புடன்.

"ஓகே! அவன் வருகிறவரையில் நீ சும்மா இருக்கப் போறதில்லை, இன்வெஸ்டிகேட் பண்ணப் போற" என்றான் தர்மா.

"சும்மாவே உட்கார்ந்திருந்தால் எனக்குப் போர் அடிக்காதா?" என்று கேட்டாள் தன்யா சிரிப்பு மாறாமல்.

"பொழுதைப் போக்கற, இல்ல? என்னவோ செய்து தொலை" என்-றான் தர்மா எரிச்சல் மாறாமல்.

"உன் ஃப்ரெண்டைக் கூப்பிடு" என்றாள் தன்யா விடாக்கண்டனைப் போல.

"தலையெழுத்து" என்று அலுத்துக் கொண்டு தர்மா மீண்டும் ஃபோ-னைக் காதில் அணிந்தான்.

16

பகுதி 2

ஐந்து நிமிடத்தில் வந்துவிட்டான் ஆரவ் பட்டேல், அஸிஸ்டெண்ட் ஜெனரல் மானேஜர்.

"வந்துட்டியா தர்மா, வெல்கம். எங்கே உன் கெஸ்ட்?" என்று கேட்டான். அங்கே ஒரு கொலை நடந்திருப்பது அவனை ஒன்றும் பாதித்ததாகத் தெரியவில்லை.

"கெஸ்ட் இன்னும் வரலை. இது என் ஸிஸ்டர் தன்யா. அவளுக்கு உன் கிட்ட ஏதோ பேசணுமாம்" என்று சொல்லி ஒதுங்கிக் கொண்டான் தர்மா.

"ஹலோ" என்றான் ஆரவ், தன்யாவை ஒரு 'சூப்பர்' என்று சொன்ன பார்வை பார்த்தவாறு.

"ஹலோ" என்றாள் தன்யா இயல்பாய். "என்ன, உங்க ஹோட்டலில் ஒரே கலாட்டா?"

"ஓ, அதுவா" சற்றே சுருதி இறங்கியது ஆரவ் பட்டேலுக்கு. எதிரிலிருப்பவர்கள் துப்பறியும் நிறுவனம் நடத்துபவர்கள் என்பது அவனுக்கு இப்போதுதான் நினைவு வந்தது. "மிஸ் தன்யா, இங்கே நடந்திருக்கறது மர்டர். ஒண்ணு, அதை நீங்க பெரிசுபடுத்தறதை ஹோட்டல் நிர்வாகம் விரும்பாது. இரண்டு, நீங்க தலையிடறதைப் போலீஸும் விரும்பாது" என்றான் கண்டிப்பாய்.

"மிஸ்டர் ஆரவ், நாங்க இதில் நேரடியாகத் தலையிடப் போறதில்லை. விஷயத்தை முழுவதுமா தெரிஞ்சுக்கிட்டு சும்மா டிஸ்கஸ் பண்ணி சொல்யூஷன் அரைவ் பண்ண முடியுதான்னு பார்க்கப்

போறோம், அவ்வளவுதான். ஒரு இன்டலக்சுவல் எக்ஸர்ஸைஸ்" என்றாள் தன்யா.

ஆரவ் யோசித்தான். "ஓகே, நீங்க அந்த எல்லையோட நின்னுக்கிட்டா" என்றான். பிறகு "எனக்குத் தெரிஞ்ச விஷயம் எல்லாமே சொல்லிடறேன், சுருக்கமா. அப்புறம் நான் போகணும்."

"கோ அஹெட்."

ஆரவ் சற்றே சிந்தித்தான். பிறகு மெதுவான குரலில் பேச ஆரம்பித்தான்.

"இங்கே இன்று காலை ஒரு நிச்சயதார்த்தம் நடக்க இருந்தது. கல்யாணப் பையன் குடும்பம் எனக்கு லேசாத் தெரிஞ்சவங்க. கல்யாணப் பெண் வீடும் எனக்குத் தெரிஞ்சவங்கதான். பெண் ஆஷா என் கூட ஒரே ஸ்கூல்ல படிச்சா. ஜூனியர். இப்போ ஐடில இருக்கா. ஃபைவ் டிஜிட் ஸாலரி" ஆரவ் குரலில் லேசாகப் பொறாமை தெரிவதை ரசித்தாள் தன்யா.

"இது அரேஞ்ஜ்ட் மேரேஜ் தான்" தொடர்ந்தான் ஆரவ். "பையன் வீட்டுக்காரங்க ஒண்ணும் பெரிய இடமில்லே. பையன் ஏதோ கவர்ன்மெண்ட் ஆஃபீஸ்ல வேலை பார்க்கறான். மூணு ஸிஸ்டர்ஸ். முதல் ஸிஸ்டர்க்கு இவங்க கல்யாணத்துக்கு முன்னாடியே கல்யாணம் ஆகறதா இருக்கு. அவங்க எங்கேஜ்மெண்ட் கூட நம்ம ஹோட்டலில்தான் நடந்தது.

"பையனோட அம்மாவுக்கும் பெண்ணோட அப்பாவுக்கும் வெகுகாலத்திற்கு முன்னாடிக் கல்யாணம் பேசப்பட்டு ஏதோ காரணங்களால் நின்னுடுச்சாம். அதனால தெரிஞ்சவங்களாயிட்டாங்க. பெண்ணுக்கும் பையனைப் பிடிச்சுப் போச்சு. பையன் குட் லுக்கிங். அவனுக்கும் அவளை ரொம்பப் பிடிச்சுட்டது."

"பேக்கிரவுண்ட் புரியுது. இன்றைய சம்பவத்துக்கு வாங்க."

"ஆக்சுவலா இது நேற்றைய சம்பவம்" என்றான் ஆரவ். "இரண்டு குடும்பமும் நேற்று மதியத்திலிருந்து இங்கேதான் தங்கியிருக்காங்க. பையன் விஸ்வநாத்தோட தங்கைக்குக் கல்யாணம் ஃபிக்ஸ் ஆகியிருக்குன்னு சொன்னேனில்லையா, அதிலே ஒரு சின்ன கலாட்டா, பெண்ணுக்கு நிறைய நகை போடலைன்னு. ஸோ, விஸ்வநாத் நைட் வேளைல வந்து ஆஷாவோட அப்பா ரூம்ல இருந்த நகைகளைத் திருடப் பார்த்திருக்கான். அப்பா முழிச்சுக்கிட்டாரு. உடனே அவரைக்

க்லோஸ் ரேஞ்ச்ல சுட்டுக் கொன்னுட்டு ஓடிட்டான்.

"இந்த விஷயம் வெளியே வருவதற்குக் காலையில் வெகுநேரம் ஆகும்னு அவன் நினைச்சிருக்கலாம். ஆனா ஆஷாவோட அப்பா காலையில வேக் அப் கால்க்குப் பதிவு செய்திருந்தார். நாலு மணிக்கு அவரைக் கால் செய்து பார்த்திட்டு, கால் எடுக்கலைன்னதும் ஒரு பேரரை அனுப்பி வைத்திருக்கிறாங்க. அவர் மாஸ்டர் கீ போட்டு அறையைத் திறந்து பார்த்தபோது, அவர் இறந்து விழுந்திருப்பதைப் பார்த்து உடனே ஆஃபீஸில் தெரிவிக்க, உடனே போலீஸுக்கும் தகவல் போயிடுச்சு.

"போலீஸ் வந்ததும், இது கொலைன்னு உடனே தெரிஞ்சுக்கிட்டாங்க. துப்பாக்கி கீழேயே கிடந்திருக்கு. தலையணையை வெச்சுக்கிட்டுச் சுட்டதால் சப்தம் வெளியே கேட்கலன்னு தெரிஞ்சது. அவருடைய மனைவியிடம் அங்கே விலையுயர்ந்த பொருட்கள் ஏதாவது இருக்கான்னு கேட்டபோது, தன் மகளுக்குப் போட வைத்திருந்த 200 பவுன் நகையும் அவர் கணவர்தான் வைத்திருந்ததாகக் கூறி, அது இப்போது அறையில் இல்லேன்னும் உறுதி செய்தார்.

"இதனால, கொலை நடந்த இரண்டே மணி நேரத்திற்குள் போலீஸால் ஒரு ஸர்ச் ஆரம்பிக்க முடிந்தது. முதலில் ஸ்டாஃப் குவார்ட்டர்ஸ் முழுவதும் பார்த்தவங்க அங்கே ஏதும் கிடைக்காம அறைகளைச் சோதனை போட்டபோது, நகைகள் எல்லாம் கல்யாணப் பையன் விஸ்வநாத் அறையில் இருப்பது தெரிந்தது.

"போலீஸ் அவனை இதுகுறித்து விசாரித்தபோது, ஆஷாவோட அம்மா ஆஷாவோடு வேறு ஒரு அறையில் தூங்குவதாகவும், அதனால் தனியாக நகைகளை வைத்துக் கொள்ளப் பயமாயிருப்பதால் தன்னிடம் ஆஷாவுடைய அப்பாவே தன்னிடம் தந்ததாகவும் ஒரு கதை சொன்னான். அதற்குச் சாட்சி யாருமேயில்லை.

"அப்போ போலீஸ் அமைதியா போயிட்டாங்க. அறையில் கிடைத்த துப்பாக்கியில் உள்ள கைரேகையைச் சோதித்துப் பார்த்தபோது, அதில் விஸ்வநாத்தோட கைரேகை மட்டும்தான் இருந்தது. அதனால் இப்போ அவனைக் கைதுசெய்ய வந்திருக்காங்க. எந்தக் கலாட்டாவும் இல்லாம அதைச் செய்திடும்படியா கேட்டுக்கிட்டிருக்கேன்."

ஆரவ் முடித்ததும் சிறிய மௌனம் நிலவியது.

"கொலை எப்ப நடந்தது, டாக்டர் என்ன சொல்றார்?" என்று தன்யா கேட்டாள்.

ஆரவ் ஒரு பெருமூச்சு விட்டான். "லிஸன், மிஸ் தன்யா, நீங்க என் ஃப்ரெண்டோட தங்கையா இருக்கறதால ஒரே ஒரு உதவி செய்யறேன். ஐ வில் அரேஞ்ச் அன் இன்ஃபார்மல் இன்டர்வ்யூ வித் த டாக்டர் அண்ட் த ஃபாரன்ஸிக் மென். அவ்வளவுதான். போலீஸையோ, கேஸில் சம்பந்தப்பட்டவங்களையோ இந்த ஹோட்டலில் வைத்து நீங்க மீட் பண்ண ட்ரை பண்ணக் கூடாது. ப்ரெஸ் பீப்பிளை அனுமதிக்கறதில்லைன்னு மேலிடத்தில் முடிவு பண்ணியிருக்காங்க. கேஸ் ஏறத்தாழ முடிஞ்சுட்டதால போலீஸும் இதற்கு ஒப்புக்கிட்டிருக்காங்க. உங்களுக்கு மட்டும் நான் ஸ்பெஷல் சலுகை காட்ட முடியாது, ப்ளீஸ் அண்டர்ஸ்டாண்ட்" என்றான்.

"டெஃபனட்லி! இந்த உதவியே போதும். தாங்க் யூ" என்ரு தன்யா சொன்னதும் ஆரவ் அவர்களை லவுஞ்சின் சிறிய மறைக்கப்பட்ட பகுதிக்கு அழைத்துச் சென்றான். "விஐபி என்க்லோஷர்" என்றான்.

17

பகுதி 3

அங்கே இருந்த பிரமாதமான வேலைப்பாடுகள் செய்யப்பட்ட ஒரு வட்ட மேசையைச் சுற்றி மூவர் அமர்ந்திருந்தனர். அவர்களில் ஒருவர் டாக்டர் என்பதை அவருடைய வெள்ளைக் கோட் காட்டிக் கொடுத்தது.

ஆரவ் தர்மாவையும் தன்யாவையும் அறிமுகம் செய்துவைத்து டாக்டரையும் தடயவியல் நிபுணர்களையும் அங்கே கண்டறிந்தவற்றைப் பற்றி அவர்களிடம் சுருக்கமாகக் கூறுமாறு கேட்டுக் கொண்டான். "ஜஸ்ட் அகாடெமிக் இன்ட்ரெஸ்ட்" என்று கவனமாகச் சேர்த்துச் சொன்னான்.

டாக்டர் புன்னகைத்தார். "கொலை நேற்றிரவு ஒரு மணியிலிருந்து மூன்று மணிக்குள் நடந்திருக்க வேண்டும். வேறு என்ன டிடெயில்ஸ் வேணும்?" என்று கேட்டார்.

"ஏதாவது கைகலப்பு நடந்த மாதிரித் தெரிந்ததா?" என்றான் தர்மா ஏதாவது கேட்க வேண்டுமென்பதற்காக.

"வேறு காயங்கள் எதுவும் இல்லை. அறையில் சாமான்களும் எதுவும் கலையலை" என்றார் டாக்டர்.

"நகை இருந்ததா சொல்லப்பட்ட வார்ட்ரோப் அலமாரி திறந்திருந்தது" என்று சேர்த்துக் கொண்டார் ஒரு தடயவியல் அதிகாரி.

தன்யா அவர் பக்கம் திரும்பினாள். "ஸார், ஸீன் ஆஃப் க்ரைமில் வித்தியாசமா ஏதாவது?" என்றாள்.

அவர் அவளை ஒரு திடீர்ப் பாசத்துடன் பார்த்தார். துறுதுறுவென்ற கண்களும் சுறுசுறுப்பான குணமுமாய் இருந்த அந்த பெண்ணை அவர்கள் எல்லோருக்குமே பிடித்திருக்க வேண்டும்.

"வித்தியாசமான்னா என்ன எதிர்பார்க்கறீங்க? காண்டாமிருகமோ, காட்டுப் பன்றியோ எதுவும் அங்கே இல்லை" என்றார்.

"ஃபுட் ப்ரிண்ட்ஸ், ஃபிங்கர் ப்ரிண்ட்ஸ், வேறு சின்ன சாமான்கள்?" என்றான் தர்மா.

"ஃபுட் ப்ரிண்ட்ஸ் எதிர்பார்க்க முடியாது. க்ளீனா இருந்தது தரை. துப்பாக்கியில் அந்த அக்யூஸ்ட் பையனோட ஃபிங்கர்ப்ரிண்ட்ஸ் இருந்-தது. வேறு ஒண்ணும் சாமான்கள்னு எதுவும் இல்லை" என்று பதில-ளித்தார் அந்த அதிகாரி.

"வித்தியாசம்னா ஒண்ணு சொல்லலாம். ஆனா அதற்கும் கேஸுக்-கும் சம்பந்தம் இல்லை. அங்கே இருந்த ஒரு மெடிகல் ரிப்போர்ட் ஃபைல். அதிலே கொலையானவருக்கு ப்ளட் கான்சர் என்று கண்டிருந்-தது. அட்வான்ஸ்ட் ஸ்டேஜ்" என்றார் டாக்டர்.

சிறிய மௌனம். தன்யா சிந்தனையில் ஆழ்ந்தாள்.

"சார், காஃபி ஷாப் போலாமா? இப்போ கமிஷனரும் உதவி கமி-ஷனரும் அரெஸ்ட் முடிஞ்சு அங்கே வந்திருப்பாங்க. உங்களுக்காக சாண்ட்விச்சஸ், டீ தயாரா இருக்கு" என்றான் ஆரவ்.

"ஓ யெஸ்" என்று எழுந்தார்கள் அங்கே இருந்த மூவரும்.

"மிஸ் ஷெர்லக், உனக்குத் தேவையானது எல்லாம் கேட்டாச்சு இல்ல?" என்றார் தடயவியல் அதிகாரி புன்னகையுடன்.

"இன்னும் ஒரே ஒரு கேள்வி சார். சொல்லப் போனா ஒரே ஒரு கெஸ். அதை நீங்க கன்ஃபர்ம் பண்ண முடியுமா?"

"என்ன அது?"

"அறையில் சடலத்திற்கு அருகில் சின்னக் கயிறு மாதிரி ஏதாவது இருந்ததா?"

இதுவரை பேசாதிருந்த இன்னொரு தடயவியல் அதிகாரி பிரமித்துக் கையிலிருந்த பையைக் கீழே தவறவிட்டார். "எப்படி? எப்படித் தெரியும் உனக்கு? அவர் கழுத்தில் கட்டியிருந்த ருத்ராட்சம் கோத்த சிவப்புக் கயிறு அவிழ்ந்து கீழே விழுந்து கிடந்தது" என்றார்.

"சொல்லு, ப்ரைட் கர்ல்! எப்படி கெஸ் பண்ணினே இதை?" என்று கேட்டார் டாக்டர்.

"அது ஷெர்லக் ஹோம்ஸின் ரகசியம்" என்றாள் தன்யா.

"எக்ஸலென்ட், எக்ஸலென்ட்" என்றவாறே அவர்கள் கிளம்பிப் போனார்கள். ஆரவ்வும் அவர்களிடம் விடைபெற்றுக் கொண்டு போய்-

விட்டான்.

18

பகுதி 4

தன்யாவும் தர்மாவும் வட்ட மேசையருகே அமர்ந்தார்கள்.

"சொல்லு, கேஸை டிஸ்கஸ் பண்ணலாமா? போலீஸ் தியரிக்கு மாற்றா வேறு ஏதாவது தியரி இருக்கான்னு யோசிப்போமா? அவுட்சைடர்ஸ்?"

"டோண்ட் பி ஸில்லி" என்றாள் தன்யா. "அவரிடம் நகை இருக்கும் விஷயம் தெரிஞ்சு ரூம் கதவைத் திறந்துக்கிட்டு ஒருவன் வருவானாம். கள்ளச்சாவி முதல் தயாரா வெச்சிருக்கிறவன், அறையிலிருப்பவர் முழிச்சுக்கிட்டா மிரட்டறதுக்குக் கத்தியோ, துப்பாக்கியோ வெச்சிருக்க மாட்டானாம்! ஆனா அவனுக்கு உதவ ரெடியா அவன் திறந்த அலமாரியிலேயே துப்பாக்கி இருக்குமாம். அதிலே வேறு ஒருத்தன் கைரேகையை ஞாபகமா பதிச்சு அந்த ரூமிலே முன்னாடியே வெச்சுட்டுப் போவானாம்! என்ன லாஜிக்கே இல்லாத கதை இது?" படபடவென்று பேசினாள் தன்யா.

"சரி, அப்போ போலீஸ் சொன்ன மாதிரி விஸ்வநாத் தான் குற்றவாளி, இல்லையா? அதற்கு எல்லா விஷயமும் பொருந்திப் போறதே!"

"என்ன விஷயம் பொருந்திப் போறது?" அமைதியாகக் கேட்டாள் தன்யா.

"நகையை எடுக்கணும்னு விஸ்வநாத் நினைச்சிருக்கான். நள்ளிரவு நேரத்தில் மாமனார் அறைக்குள் வந்திருக்கான்..."

"எப்படி?"

"வாட்?"

"எப்படி வந்தான்னு கேட்டேன். அவனிடம் மாமனார் ரூம் சாவி இருந்ததா? இல்லை மாற்றுச் சாவி இருந்ததா?"

தர்மா திகைத்தான். பிறகு "பெல்லை அடிச்சிருக்கலாம், பெரியவர் எழுந்து ஓப்பன் பண்ணியிருக்கலாம்..." என்றான் தயக்கமாக.

"...உடனே அவருக்கு நேரேயே வார்ட்ரோப்பை ஓப்பன் பண்ணி நகையைத் திருடியிருக்கான், இல்லையா?" கேலியாகக் கேட்டாள் தன்யா.

"நகையைப் பார்க்கணும்னு கேட்டிருக்கலாம்" என்றான் தர்மா குரல் இறங்கி. "இல்லை, ஒத்துவரலை. சம் ஹவ் மாற்றுச் சாவி அவன் சம்பாதிச்சிருக்கணும். அப்போதான் சரியா வரும்" என்றான்.

"ஒரே நாள் மதியத்திலிருந்து இரவுக்குள் எப்படித் தயார் செய்தான்? சரி, அதை ஒத்துக்கறேன்னு வெச்சுக்கோ. அப்புறம் உடனே வார்ட்ரோப்பை நோக்கிப் போயிட்டானா? மாற்றுச் சாவி தயார் பண்ணினவனால் ஒரு குளோரோபார்ம் தயார் பண்ண முடியாதா? அதுவும் இல்லாம திருட வருகிற இவனும் கையில் ஒரு கத்திகூட வெச்சிருக்க மாட்டானா?"

தன்யாவின் கேள்விப் புயலில் சிக்குண்டவனாகத் தவித்த தர்மா "கொண்டு வந்திருந்தால்? அங்கேயே துப்பாக்கியைப் பார்த்ததும் அதை எடுத்துக்கிட்டிருக்கலாம்" என்றான் சற்று யோசித்து.

"அப்போ அவன் கொண்டுவந்தது எங்கே? அவன் ரூமில் கத்தியோ, துப்பாக்கியோ இருந்ததா?" தன்யா கேட்டதும் "இருந்த மாதிரித் தெரியல. இருந்திருந்தா ஆரவ்வோ, ஆஃபீஸர்ஸோ நம்மகிட்ட சொல்லியிருப்பாங்க" என்று ஒப்புக்கொண்டான் தர்மா.

தொடர்ந்து "ஓகே. சரியா ப்ரிப்பேர் பண்ணிக்காம கிறுக்குத்தனமா அறைக்குள்ள வந்துட்டான். வார்ட்ரோப்பைத் திறந்து நகையை எடுத்துக் கொண்டிருந்தபோது ஆஷாவோட அப்பா தூக்கத்திலிருந்து எழுந்துட்டார். இவன் திருடறதைப் பார்த்ததும் அவர் அதிர்ச்சியாகிக் கூச்சல் போடுவேன்னும் கல்யாணத்தை நிறுத்துவேன்னும் போலீஸைக் கூப்பிடுவேன்னும் மிரட்டியிருக்கலாம். உடனே வார்ட்ரோப்பில் தான் பார்த்த துப்பாக்கியை எடுத்து அவரை மிரட்டிக்கிட்டே அருகில் வந்து ஒரு தலையணையை அவருக்கு மேல் வெச்சு இந்தப் பக்கம் துப்பாக்கியால் அழுத்திக்கிட்டே சுட்டிருக்கான். அப்போ வெளியே சப்தம் கேட்காது. அப்புறம் நகையை எடுத்துக் கொண்டு வெளியே வந்து கதவைச் சார்த்-

தியிருக்கான். லாட்ச் பூட்டிக் கொண்டுவிட்டது. பிறகு தன் அறைக்கு வந்து நகையை வெச்சுட்டு ஒண்ணும் தெரியாத மாதிரி இருந்திருக்கான்" என்று முடித்தான் தர்மா.

"சூப்பர்ப். யார் வேணும்னாலும் வந்து எடுக்கற மாதிரி, உடனே பார்க்கற மாதிரி, பெரியவர் ரூமிலே இருந்த அதே மாதிரி, திருடிய நகைகளை வார்ட்ரோப்பிலே வைப்பான், இல்ல?"

"அப்புறம் மறைச்சு வெச்சிக்கலாம்னு நினைச்சிருக்கலாம்...'

"முட்டாள்த்தனமா பேசாதே, தர்மா. ஒரு திருடன் முதலில் யோசிக்கறது மாலை எங்கே வைக்கறதுன்னு தான்."

"மாலை, வளையல், மோதிரம் எல்லாம் இருந்திருக்குமே அந்த நகைகளில்?"

"என்ன தர்மா இவ்வளவு இன்னொசெண்ட்டா இருக்க? நான் சொன்னது மால் — அதாவது திருட்டுப் போன பொருள்!"

"ஓ, சரி" என்றான் தர்மா, தன்யாவைப் பேட்டை ரவுடியைப் பார்க்கும் பார்வையால் நனைத்தவாறு. "ஆக மொத்தம், உன்னைப் பொறுத்தவரை விஸ்வநாத் குற்றவாளி இல்லை. ஆனால் துப்பாக்கியில் இருந்தது விஸ்வநாத்தோட கைரேகைதான். அதற்கு என்ன சமாதானம் சொல்லமுடியும் உன்னால? அவன் குற்றவாளி இல்லங்கறதுக்கு என்ன தடயம் இருக்கு உன் கிட்ட?"

"கயிறு! சிவப்புக் கயிறு! கீழே கிடந்ததே, அதுதான் தடயம்!" என்றாள் தன்யா.

"வாட் டூ யூ மீன்? இந்தக் கொலையைச் செய்தது யார்னு நீ நினைக்கறே?"

"இது கொலையே இல்லை தர்மா! தற்கொலை!"

"என்ன பேத்தறே?"

"முதல்லேர்ந்து என் தியரியைச் சொல்றேன். அன்று மாலை யாரும் அருகில் இல்லாத நேரத்தில் ஆஷாவோட அப்பா விஸ்வநாத்தைக் கூப்பிட்டு நகைகளை அவனிடம் கொடுத்துப் பத்திரமா வெச்சுக்கச் சொல்லியிருக்கார். இரவு ஒரு மணிக்கு மேலே சந்தடி எல்லாம் ஓய்ந்தபிறகு, தன் துப்பாக்கியை ஒரு கர்ச்சீஃப் போட்டு ஜாக்கிரதையா பிடிச்சுக்கிட்டார். தன் கழுத்தில் இருந்த சிவப்புக் கயிறைக் கழற்றி அதை ட்ரிக்கரில் சுற்றி, அதை இன்னொரு கையில் பிடிச்சுக்கிட்டார்.

"ஏற்கெனவே துப்பாக்கி கைப்பிடியிலும் ட்ரிக்கரிலும் அவர் விஸ்வநாத்தின் கைரேகையைப் பதிச்சு வெச்சிருக்கணும். அதை டிஸ்டர்ப் பண்ணாம துப்பாக்கியைப் பிடிச்சுடலாம், ஆனா ட்ரிக்கரைக் கர்ச்சீஃப் கையால் அழுத்தினால் அதில் இருக்கற கைரேகை அழிய வாய்ப்பு இருக்கு. அதனால இந்தக் கயிறு டெக்னிக். அதை இழுத்ததும் துப்பாக்கி வெடிக்கும். வலியில் துப்பாக்கி, கர்ச்சீஃப் எல்லாம் நழுவி விழுந்துடும். முடிச்சுப் போடாத கயிறும் துப்பாக்கியிலிருந்து வெளியே வந்து, அவர் கையிலிருந்தும் நழுவிக் கீழே கிடக்கும். அது எதற்குப் பயன்பட்டதுன்னு யாராலும் சொல்ல முடியாது. யாரும் யோசிக்கவும் மாட்டாங்க, லட்டா கைரேகை கிடைச்சு மோட்டிவ்வும் கிடைக்கும்போது!"

தர்மா பிரமித்துப் போய் தன்யாவையே பார்த்தான். "மை காட்! கண்ணெதிரே பார்க்கிறமாதிரி இருக்கு. இதை விஸ்வநாத் செய்திருக்க மாட்டான்னு நீ எப்படி நினைச்ச?"

"தர்மா, அரேஞ்ஜ்ட் மாரேஜா இருந்தாலும் ஆஷாவை விஸ்வநாத்துக்கு ரொம்பப் பிடிச்சுட்டது. அதோட அவங்க ஸ்டேட்டஸ் ஆஷா ஸ்டேட்டஸைவிடக் கம்மி. அப்போ தனக்கு இருக்கற பணப் பிரச்சனைகள் அவளுக்குத் தெரியக்கூடாதுன்னுதான் நினைப்பானே தவிர, அவளோட நகைகளையே நிச்சயமா திருட மாட்டான். அவள் மனைவியாயிட்ட பிறகுன்னாலும் பரவாயில்லை, இன்னும் நிச்சயமே ஆகாத நிலையில் அவனுக்குக் கண்டிப்பா இப்படிச் செய்யத் தோன்றாது. அவன் தொழில்முறைத் திருடனோ ஃப்ராடோ இல்லை. அரசாங்க வேலையில் இருக்கிறவன்" என்று தன்யா விளக்கினாள்.

19

பகுதி 5

"எல்லாம் சொல்லிட்ட, இதையும் சொல்லிடு. மோட்டிவ்?"

"கான்சர். வைத்தியத்தோட வலியையும் வேதனையையும் நினைச்சு ஈஸியா உயிர்விட இப்படி ஒரு முடிவெடுத்திருக்கணும் பெரியவர்! அந்த மெடிகல் ரிப்போர்ட்தான் எனக்கு எல்லா விஷயத்தையும் தெளிவாக்கினது."

"குட் திங்க்கிங்! மின்னல் வேகமான சிந்தனை உனக்கு! சரி, பெரியவர் விஸ்வநாத்தை ஏன் மாட்டிவிடணும்? தானே தற்கொலை செய்துக்கிட்டிருக்கலாமே?"

"அதான் எனக்கும் புரியல. அவனோடு ஏதாவது விரோதம் இருக்குமோ?" தன்யா யோசித்தாள்.

"என்னுடைய ஹம்பிள் கெஸ்ஸைச் சொல்லலாமா?" என்றான் தர்மா மெல்லிய குரலில்.

"ஆஃப் கோர்ஸ்! என்ன இது பர்மிஷன் எல்லாம் கேட்டுக்கிட்டு?"

"பழி வாங்குதல்? விஸ்வநாத்தோட அம்மாவுக்கும் அவருக்கும் பல வருஷங்களுக்கு முன்னாடி கல்யாணம் நிச்சயம் ஆகி நின்னு போயிருக்கு. அந்த அம்மாவின் காரணத்தால் அது நின்னிருந்தா? அந்த அவமானமும் கோபமும் இன்னும் அவர் மனதில் இருந்தா? அதனால் தானும் ஈஸியா உயிரை விட்டுடணும், அதே சமயம் அந்த அம்மாவுக்கும் அவங்க மகனுக்கு ஒரு பயங்கர தண்டனையைக் கொடுக்கணும்னு அவருக்குத் தோணியிருந்தா?" கேள்விகளை அடுக்கினான் தர்மா. "பழைய சம்பவங்களின் நிழல்கள் நீளமானவை, தன்யா."

"யூ ஹிட் இட், தர்மா! உன் கெஸ் கரெக்டா தான் இருக்கும். இப்போ நம்ம தியரியைப் போலீஸில் சொல்லலாமா?"

"போலீஸைக் காண்டாக்ட் பண்ணக் கூடாதுன்னு ஆரவ் சொல்லியிருக்கான், மறந்து போச்சா? இது வெறும் இண்டெலெக்சுவல் எக்ஸர்ஸைஸ்னு நீதானே சொன்ன? கேஸ் விபரீதமா போற மாதிரித் தெரிஞ்சா அப்போ விஸ்வநாத்தோட லாயர்கிட்ட நாம பேசலாம். நாம ஏதோ கத்துக்குட்டி டிடெக்டிவ்ஸ், நம்ம பேச்சையெல்லாம் போலீஸ் கேட்பாங்களா?" என்றான் தர்மா.

"ஏன் கேட்க மாட்டாங்க?" குரல் ஒரு அலங்காரத் தடுப்பின் பின்னிருந்து வந்தது.

தன்யாவும் தர்மாவும் அதிர்ந்தார்கள்.

தடுப்பிற்கு அப்புறத்திலிருந்து ஒருவர் எழுந்தார்.

"கமிஷனர் சாரா?" என்றான் தர்மா ஆச்சரியத்துடன்.

"ஆமாம் மிஸ்டர் தர்மா. விடிகாலையிலிருந்து ஒரே வேலை. விஸ்வநாத்தை அரெஸ்ட் பண்ணிக் கொண்டு போனதும் அசதி தாங்கமுடியாம இங்கே ரிலாக்ஸ் பண்ண வந்து உட்கார்ந்தேன். அப்படியே நீங்க பேசியதை எல்லாம் கேட்டேன். கவலைப்படாதீங்க, உங்க தியரியைக் கண்டிப்பா நாங்க கன்சிடர் பண்ணுவோம்" புன்னகையோடு வெளியே போனவரையே பிரமிப்புடன் பார்த்தார்கள் தன்யாவும் தர்மாவும்.

கன்சிடர் பண்ணிவிட்டார் என்பது மூன்று மாதத்திற்குப் பிறகு சதுரா டிடக்டிவ் ஏஜன்ஸிக்கு வந்த திருமண அழைப்பிதழ் மூலம் தெரிந்தது.

"மணமகள் — திருவளர்ச்செல்வி ஆஷா."

"மணமகன் — திருவளர்ச்செல்வன் விஸ்வநாத்"

(முற்றும்)

தவறிப்போய் ஒரு கொலை

20

பகுதி 1

பாலம்.

கீழே காட்டாறு பொங்கிப் பெருகிக் கொண்டு ஓடிக் கொண்டிருந்தது. சமீபத்தில் பெய்த மழையில் அது இருமடங்கு பெருத்திருந்தது.

பாலத்தின்மீது நின்றுகொண்டிருந்தான் ஷ்யாம் பிரசாத். கண்கள் எதையும் பார்க்காமல் எங்கோ நிலைகுத்திட்டு நின்றன. "என்ன பூனம்? உன்னோட வரச் சொல்றியா? இதோ வந்துட்டேன்!" என்று மென்மையாகச் சொல்லியவாறே வெட்டவெளியில் நடக்கப் போனவனை "ஷ்யாம்! என்ன பண்ற நீ?" என்று சொல்லி இழுத்துக் கீழே இறக்கினான் பவர்லால்.

"பவர்! என் பூனம் என்னைக் கூப்பிடறா! ஏன் என்னைத் தடுக்கற நீ?" என்று ஏதேதோ உளறிய ஷ்யாம் பிரசாத் சில நிமிடங்களில் மௌனமானான். ஒருமுறை தன்னை உதறிக் கொண்டான். "பவர்! எப்படி இங்கே வந்தேன்?" என்றான்.

"ஆமா! என்னைக் கேளு! நட்டநடு ராத்திரியில் எழுந்து காடுமேடெல்லாம் நடந்து இங்கே பாலத்தின் மேலிருந்து குதிக்கப் போற! அறிவிருக்கா உனக்கு?" கடிந்துகொண்டான் பவர்லால்.

"அப்படியா?" ஆச்சரியமாகக் கேட்டான் ஷ்யாம் பிரசாத். பிறகு "அவ வந்துட்டாடா பவர். என்னைக் கூப்பிட்டா. நான் அவ பின்னாடியே போனேன்" என்றான் ஆர்வமும் பயமும் இணைந்த குரலில்.

"உளறாத ஷ்யாம். பூனம் செத்துப் போய் ஆறு மாசமாச்சு! அவ வந்தாளாம், கூப்பிட்டாளாம்!"

:"வந்தாடா! ஆவியா வந்தா! பல்லு கூட நீட்டிக்கிட்டிருந்தது தெரி-யுமா? முதலில் சிமெட்ரிக்குக் கூட்டிப் போனா. அங்கே இருந்தவன் என்னப் பார்த்து அசந்துட்டான் தெரியுமா? ஏன் சார் இங்க வந்திங்-கன்னு கேட்டான். எப்படியும் இங்க தானேப்பா வரணும்னேன். என்னைப் பைத்தியம்னு நினைச்சுப் போயிட்டான். வருங்காலத்தில் தங்க வேண்டிய இடம் எப்படி இருக்குன்னு பார்த்துட்டு அப்புறம் அவ கூட்டிவர இங்கே வந்தேன். நீ இப்போ வந்திருக்கலைன்னா ரைட்ராயலா மறுபடி சிமெட்-ரிக்குப் போயிருப்பேன். நிம்மதியா போயிருக்கும்" படபடவென்று ஷ்யாம் பிரசாத் சொல்லச் சொல்ல உடல் நடுங்கியது பவர்லாலுக்கு.

21

பகுதி 2

"வாங்க பவர்லால். பிஸினஸெல்லாம் எப்படிப் போயிட்டிருக்கு? கொரோ-னாவால அதிகப் பாதிப்பு இல்லையே?" என்று குசலம் விசாரித்தவாறே வரவேற்றான் தர்மா.

(தர்மா? சதுரா துப்பறியும் நிறுவனத்தின் தலைவன். பாரத புத்ரா என்ற பத்திரிகையின் நிறுவனன்.)

"இப்போதான் பிக்கப் ஆகிட்டிருக்கு" என்றவாறே தர்மாவின் ஆஃபீ-ஸுக்குள் நுழைந்தான் பவர்லால். ஒரு நமஸ்தே போட்டான்.

"சொல்லுங்க, நான் என்ன ஹெல்ப் பண்ணணும்?" என்றான் தர்மா.

"தர்மா, பத்திரிகை விளம்பரம் விஷயமால்லாம் இப்போ வரல. தனிப்பட்ட முறையில் வந்திருக்கேன்" என்றான் பவர்லால்.

தர்மாவின் புருவங்கள் சுருங்கின. "விளக்கமா சொல்லுங்க" என்-றான்.

"என் பார்ட்னர் ஷ்யாம் பிரசாத்தை உனக்குத் தெரியுமா?"

"பார்த்திருக்கிறேன்."

"அவங்க குடும்பமும் எங்களை மாதிரிதான். வெகுகாலத்திற்கு முன்-னாடியே ராஜஸ்தானிலிருந்து இங்கே வந்து வியாபாரம் ஆரம்பிச்சு இங்கேயே செட்டில் ஆனவங்க. ராஜஸ்தானி தெரியும்னாலும், வீட்டில் பேசுவதுகூடத் தமிழ்தான். நல்ல பையன். ஜாலியானவன். அவனுக்கு இருக்கும் ஒரே குறை, அவன் தங்கைக்குப் பேச்சு வராதுங்கறது தான். ஆனா அவளும் லிப் ரீடிங் கத்துக்கிட்டு ஸைன் லாங்குவேஜ்ல வேகமா பேசுவா. ஷ்யாமுக்கு என்னோட தூரத்துச் சொந்தக்காரப் பொண்ணோ-

டதான் கல்யாணம் ஆச்சு.

"பூனம் கம்ப்யூட்டர் எஞ்சினீயரிங் படிச்ச கெட்டிக்காரப் பொண்ணு. வேலை பார்த்துக்கிட்டிருந்தா. தேவதையாட்டம் பெண் குழந்தை பிறந்தது. அழகான, சந்தோஷமான குடும்பம்.

"ஒரு வருஷத்திற்கு முன்னாடி, ஷ்யாம் பிரசாத்தோட அம்மாவுக்குப் பக்கவாதம் வந்துவிட்டது முதல் இந்தக் குடும்பத்திற்குப் பிரச்சனை ஆரம்பித்தது. வேலைக்குப் போய்க்கிட்டிருந்த பூனம்மால அம்மாவை அட்டெண்ட் பண்ண முடியல. ஷ்யாம் பிரசாத் தங்கை ராக்கியும் காலேஜ் போய்க்கிட்டிருந்தா. அதனால் ஷ்யாம் பூனம் வேலையை விட்டுட்டா என்னன்னு முதல்முறையா கேட்க ஆரம்பிச்சான். பூனம் அதற்குத் தயாரா இல்ல. இதனால வீட்டில் ஒரே சண்டை, சச்சரவு. கடைசியில் அம்மாவைப் பார்த்துக்க அட்டெண்டர் போட்டுட்டாங்க.

"திடீர்னு ஆறு மாதத்திற்கு முன்னால் ஒரு நாளிரவு மூன்று மணிக்குக் கிளம்பி பூனம் தன் குழந்தையையும் கூட்டிக்கிட்டுக் காரைத் தானே ஓட்டிக்கிட்டுத் தன் அம்மா வீட்டுக்கு வந்துட்டா. அன்னிக்கு ராத்திரியே பூனம் தற்கொலை பண்ணிக்கிட்டு இறந்து போயிட்டா. இத்தனை சண்டை அவங்களுக்குள்ள இருந்தும் பரஸ்பரம் காதல் போகலை தர்மா! ஷ்யாம் அப்படியே நொறுங்கிப் போயிட்டான். சரியா சாப்பாடு கிடையாது, தூக்கம் கிடையாது, அவன் நிலையிலேயே இல்லை. அதனால குழந்தை மாயா தாத்தா-பாட்டி வீட்டிலேயே இப்போதைக்கு இருக்கட்டும்னு முடிவாச்சு."

இந்த நீண்ட கதையை மௌனமாகக் கேட்டுவந்த தர்மா இப்போது இடைமறித்தான். "சே, ரொம்பப் பாவம். இதில் நான் என்ன ஹெல்ப் பண்ணணும்?"

"சொல்றேன்..." என்று சொன்னானே தவிர, பவர்லால் உடனே பேச்சை ஆரம்பித்துவிடவில்லை. பித்துப் பிடித்தவன் போல் விழித்துக் கொண்டு அமர்ந்திருந்தான். "பவர்லால்! மேலே சொல்லுங்க" என்று தர்மா உலுக்கியதும்தான் தன்னிலைக்கு வந்தான்.

"சே! இந்த விவகாரம் முடியறதுக்குள்ள எங்க எல்லோருக்குமே பைத்தியம் பிடிச்சுடும் போலிருக்கு" என்று சொல்லிக் கொண்டான். ஒரு பெருமூச்சு விட்டுவிட்டு மீண்டும் ஆரம்பித்தான்.

"தர்மா! ஒரு வாரத்துக்கு முன்னாடி, எனக்கு ஒரு மெசேஜ் வந்தது. ஷ்யாம் பிரசாத்தோட தங்கை ராக்கி அனுப்பியிருந்தா. ஷ்யாம் என்-

னவோ மாதிரி நடந்துக்கறதாகவும் அவளுக்குப் பயமாக இருப்பதாகவும் சொல்லி என்னை உடனே வரச் சொல்லிக் கேட்டுக்கிட்டா. நான் உடனே ஓடினேன். அவன் தற்கொலை பண்ணிக்கப் போறேன்னு சொல்லிக்கிட்டு இருந்தான். அதோட இன்னொரு முக்கியமான விஷயம் அவன் சொன்னது..." பேச்சை நிறுத்திக் கண்ணை மூடிக் கொண்டான் பவர்லால்.

தர்மா கவனமாகக் கேட்டுக் கொண்டிருந்தான்.

"'பூனம்மைக் கொன்னது நான்தான், பவர்!'ன்னு அவன் சொன்னதைக் கேட்டுப் பிரமிச்சுட்டேன், தர்மா!" என்று பவர்லால் சொல்லவும், தர்மா அதிர்ந்தான். "இது உண்மைதானா?" என்று கேட்டான்.

"சான்ஸ் அதிகமில்லைங்கற அளவுதான் சொல்லமுடியும், தர்மா! அவள் மரணம் விஷம் சாப்பிட்டதால. அதை இன்னொருவர் கொடுத்திருக்கவும் வாய்ப்பிருக்கு..."

"போலீஸ் என்ன சொல்றாங்க?"

"போலீஸ் இது தற்கொலைதான்னு உறுதிப்படுத்தறாங்க. ஏன்னா அவங்க அம்மாகிட்ட 'எனக்கு ஏதாவது ஆகிடுச்சுன்னா குழந்தையை நீங்கதான் கவனமா பார்த்துக்கணும்'னு சொல்லியிருக்கா.

"எங்களுக்கும் எந்தச் சந்தேகமும் வரலை, இவனா அப்படிச் சொல்கிறவரை. அதோடு, இதை அவன் நல்ல மனநிலையில்தான் சொல்றானான்னே சந்தேகமா இருக்கு. திடீர்னு ஏதேதோ பேசறான். அவன் தெய்வமா மதிக்கற அவன் அம்மாவையே சிலநேரங்களில் எரிஞ்சு எரிஞ்சு விழறான். ஒருசமயம் அவங்க கழுத்தை நெரிக்கப் போயிட்டான்..."

"என்ன சொல்ற? பக்கவாதம் வந்தவங்களையா?" அதிர்ச்சியுடன் கேட்டான் தர்மா.

"ஆமாம் தர்மா. தங்கச்சி ராக்கி மேல உயிரா இருப்பான். இப்போ அவளைப் பார்க்கறதைக் கூடத் தவிர்க்கறான். என்னுடைய உயிர் நண்பன். எங்கிட்ட முகங்கொடுத்துப் பேசறதுகூட இல்லை. ஆனா அன்னைக்கு ராத்திரி ஒரு சம்பவம் நடந்தது..." என்று ஆரம்பித்த பவர்லால் ஷ்யாம் பிரசாத் பாலத்திலிருந்து கீழே விழப் பார்த்ததை விளக்கிச் சொன்னான்.

"சரி, பிரச்சனை புரியறது. ஆனா இந்த விஷயத்தில் நான் என்ன ஹெல்ப் பண்ண முடியும்னு தெரியலையே? பூனம் தற்கொலை பண்ணிக்-

கிட்டாளா இல்லை அவளுடைய மரணம் கொலையான்னு துப்பறிஞ்சு கண்டுபிடிக்கணுமா? சாரி, டிடக்டிவ் வேலையெல்லாம் என் ஸிஸ்டர்ஸ்-தான் செய்யறது. அவங்க எங்க சொந்த ஊருக்குப் போயிருக்காங்க, தனியா காரை ஓட்டிக்கிட்டு. அவங்க கிட்டேர்ந்துதான் காலை எதிர்-பார்த்துக்கிட்டிருக்கேன்" என்றான் தர்மா.

"உன்னைத் துப்பறியச் சொல்லலை. ஷ்யாம் பிரசாத்துக்கு என்ன ப்ராப்ளம்னு கண்டுபிடிக்கலாமே!"

"அதுக்கு நீ ஒரு சைக்கியாட்ரிஸ்டைப் பார்க்கணும்."

"அவன் வர மாட்டேங்கறான், தர்மா. 'எனக்கு என்ன கேடு'ன்னு எரிஞ்சு விழறான். பூனம்மோட மரணத்திலிருந்து நீ வெளியே வர முடி-யாம தவிக்கற, இல்லையா, அதான் டாக்டர்ட்ட கூட்டிப் போறோம்னு சொல்லிப் பார்த்தேன். இதை டாக்டரால குணப்படுத்த முடியாது, காலத்-தாலையும் சரி பண்ண முடியாதுன்னு சொல்லி முடிச்சுட்டான்."

"அப்போ நான் மட்டும்..."

"...என்ன பண்ண முடியும்னு எனக்கும் தெரியல. ஆனா நீ பலவி-தமான கேரக்டர்களைப் பார்த்தவன். உன்னால அவன் மனோநிலையைப் புரிஞ்சுக்க முடியும், அவனா தன்னைச் சுற்றிப் போட்டுக்கிட்ட வேலியி-லிருந்து அவனை வெளியே வர வைக்கலாம் என்று ஒரு நம்பிக்கை, அதான் உன்னைக் கூட்டிப் போகலாம்னு... நாங்க திக்குதிசை தெரி-யாம தவிக்கிறோம், தர்மா!" அந்த நண்பனின் கண்ணில் நீர் துளிர்த்து-விட்டது.

தர்மா மௌனமாக எழுந்தான். மேஜை மீதிருந்த மாஸ்கை எடுத்து அணிந்து கொண்டான்.

"போகலாம்" என்றான் சுருக்கமாக.

22

பகுதி 3

“ஷ்யாம்! இது தர்மா" நினைவுக்கு வராமல் பார்த்தவனிடம் “பாரத புத்ரா மாகஸீன்" என்று விளக்கினான் பவர்லால்.

“ஹாங், ஹாங், ரைட். இப்போ நினைவுக்கு வருது" என்று சோகை-யாகச் சிரித்தான் ஷ்யாம் பிரசாத்.

"மிஸ்டர் ஷ்யாம் பிரசாத், உங்க மனைவியுடைய அகால மரணம் பற்றிக் கேள்விப்பட்டேன். என் ஆழ்ந்த இரங்கல்கள்" என்றான் தர்மா ஆங்கிலத்தில்.

ஷ்யாமின் கண்களில் கண்ணீர் கோத்துக் கொண்டது. வேறுபுறம் திரும்பிக் கொண்டு "தாங்க்ஸ்" என்றான்.

"இவன் வீட்டில் இப்போ யாரும் இல்ல, ஸோ எங்க வீட்லதான் தங்கியிருக்கான். நான் கொஞ்சம் நம்ப ரீசண்ட் பர்சேஸ் விஷயமா பேச-ணும்னு கிளம்பினேன். நானும் வரேனேன்னான், கூட்டிக்கிட்டு வந்தேன். இந்தக் கோவிட் நேரத்தில் வேலையில்லாம எல்லாரும் தவிக்கிறோம்" என்றான் பவர்லால்.

ஷ்யாம் மௌனமாகத் தலையாட்டினான்.

பவர்லால் ராக்கியைக் கூப்பிட உள்ளே சென்றான். ஷ்யாம் அமர்ந்து எங்கோ வெறித்துப் பார்த்துக் கொண்டிருந்தான். தர்மாவுக்கு என்ன பேசுவது, எப்படி ஆரம்பிப்பது என்று தெரியவில்லை. ஒரு அசந்தர்ப்ப மௌனம் நிலவியது.

ராக்கியும் பவர்லாலும் சில விநாடிகளில் வெளியே வந்தார்கள். ராக்கியின் முகத்தைப் பார்த்த தர்மா அதிர்ந்தான்.

களங்கமில்லாத குழந்தை முகம். ஆனால் அதில் தெரிந்த சோகமும், அதிர்ச்சியும்... இன்னும் ஏதோ ஒன்று... என்ன அது? பயம்... பயமேதான்!

பவர்லால் தர்மாவை ராக்கிக்கு அறிமுகப்படுத்தினான். "சாய் கொண்டுவா ராக்கி" என்றான் ஷ்யாம். பார்வை மட்டும் இன்னும் வெறித்தவாறே.

ராக்கி உள்ளே போனாள். திரும்பிவரும்போது ஆவிபறக்கும் சுவையான 'சாய்' மூன்று ஒரு ட்ரேயில் அவளோடு கூடவே வந்தது.

பவர்லால் பொதுவாக அரசியல், கோவிட் நிலை, சினிமா என்று பேச ஆரம்பித்தான். தர்மா உற்சாகமாகக் கலந்துகொண்டு ஷ்யாமைப் பேச்சுக்கு இழுத்தான். ஷ்யாம் அக்கறையே இல்லாதவனாக, கனவுலோகத்தில் இருப்பவனைப் போல ஏதோ பதில் சொன்னான். தர்மா நடுநடுவே ராக்கியையும் ஏதேதோ கேட்டான். ராக்கி விழித்தாளேயன்றி எதுவும் சொல்லவில்லை.

சிறிதுநேரத்தில் "ராக்கி, அவனுக்கு வீட்டைச் சுற்றிக் காமி. நாங்க பிஸினஸ் விஷயமா கொஞ்சம் பேச வேண்டியதிருக்கு" என்றான் பவர்லால், தர்மாவின் கண்ஜாடையைப் புரிந்துகொண்டு.

ராக்கி நகர்ந்து அறைக் கதவை அடைந்தாள். தர்மாவுக்காகக் காத்திருந்தாள். தர்மா அவளோடு சேர்ந்துகொண்டான்.

23

பகுதி 4

ஷ்யாமின் வீடு பெரிது, வசதியானது, கலைநயத்தோடு கட்டப்பட்டிருந்தது. இப்போது தர்மா ராக்கியுடன் எதுவும் பேசவில்லை. மௌனமாகவே சுற்றிப் பார்த்துக் கொண்டு வந்தான். எப்போதாவது "ஃபாபுலஸ்", "பியூட்டிஃபுல்" போன்ற வார்த்தைகள் அவன் வாயிலிருந்து உதிர்ந்தாலும் அவை அவளைப் பார்த்துச் சொல்லப்படவில்லை.

மாடியைப் பார்த்துக் கொண்டு கீழே வந்தார்கள். அங்கே பின்கட்டில் சற்றுத் தனியாக இருந்த ஒரு அறையை அடைந்தார்கள். ராக்கி உள்ளே போக விரும்பாததுபோல் தோன்றியது. அதை உணர்ந்த தர்மா அவளை முந்திக்கொண்டு நடந்து உள்ளே சென்றான்.

அங்கே ஒரு கட்டில். ஒரு மேஜை மீது மருந்துகள், சில மருத்துவ உபகரணங்கள். தனியாக ஜன்னலருகே ஒரு பிரம்பு நாற்காலி. கட்டிலில் ஒரு வயதான பெண்மணி. ஷ்யாமின் தாயார் என்று புரிந்தது. உடல் சுருங்கிப் போயிருந்தது. ஆனால் பளபளக்கும் கண்கள். நாற்காலியில் சாய்ந்துகொண்டு ஒரு சூரிதார்ப் பெண். அவள்தான் அட்டெண்டராயிருக்க வேண்டும்.

"வணக்கம்மா. நான் ஷ்யாமோட ஃப்ரெண்ட்" என்றான் தர்மா கைகூப்பி.

சூரிதார் படாரென்று எழுந்தது. அம்மாவின் அருகில் சென்று காதில் ஓதியது. அவர்கள் முகத்தில் புரிந்துகொண்ட பளபளப்புத் தெரிந்து ஒரு மெல்லிய புன்னகை மலர்ந்தது.

அவர்கள் தலைமாட்டிலிருந்த சிறிய ஸ்டூலில் ஸ்வாதீனமாக அமர்ந்-தான் தர்மா. சாந்தமாக, மெதுவாகப் பேசவாரம்பித்தான். அம்மாவுக்கு அவனைப் பிடித்துவிட்டது. அவ்வப்போது தலையசைத்துக் கேட்டுக் கொண்டார்கள். எப்போதாவது ஜாடை காண்பித்ததைச் சூரிதார் மொழி-பெயர்த்தாள். சிறிது நேரங்கழித்து மெதுவாகக் கண் மூடியது.

சூரிதார் மெதுவாக "சார், அவங்க தூங்கற நேரம் வந்துட்டது" என்-றாள்.

"ஓ! அப்ப நான் கிளம்பறேன்" என்றவாறே எழுந்தான் தர்மா. சூரி-தாரிடம் அம்மாவின் உடல்நிலை குறித்து விசாரித்தான். பிறகு "இங்கே எவ்வளவு நாளா இருக்கீங்க?" என்று கேட்டான். "பத்து மாசமா" என்று பதில் வந்தது.

"இங்கே எல்லாம் சவுகரியமா இருக்கா?"

"ஓ, நல்லா இருக்கு. வேலையும் கம்மிதான். ஆனா எங்க அம்-மாதான் தற்கொலை நடந்த வீட்டுக்கு வேலைக்குப் போக வேணாம்னு படுத்தறாங்க சார்" என்றது சூரிதார்.

"தற்கொலை இங்கே நடக்கலியேம்மா" என்று சிரித்தான் தர்மா.

"அதைத்தான் நானும் எவ்வளவோ எடுத்துச் சொன்னேன். என் அம்மாவுக்குப் புரியல சார். மேடம் அன்னிக்கு இங்கதான் இருந்தாங்க. இங்க அம்மாவைப் பார்க்கக்கூட வந்தாங்க. ஆனா ராத்திரி அவங்க கிளம்பிப் போயிட்டாங்க, அவங்க அம்மா வீட்லதான் மரிச்சு போனாங்க" என்றாள் சூரிதார். (மலையாளம்?)

"அம்மாவைப் பார்க்க எப்போ வந்தாங்க?" என்றான் தர்மா.

"சாயங்காலம் இருக்கும். முதலில் சார் வந்தாங்க- அம்மாவுக்குக் கொடுக்கச் சொல்லி போர்ன்விடா கரைச்சு எடுத்துக்கிட்டு. அதை நான் பிளாஸ்கில் விட்டு வெச்சிருந்தேன். ஆனா அம்மா ராத்திரி எதுவும் வேணான்னு சொல்லித் தூங்கிட்டாங்க. அப்புறம் ஒரு பத்து மணி காணும், மேடம் ஆஃபீஸ்லருந்து வந்தாங்க. அம்மாவைப் பார்த்-துட்டு, என் கிட்டப் பேசிக்கிட்டிருந்தாங்க. நான் பாத்திரமெல்லாம் வாஷ் பண்ணணும்னு சொன்னேன். காலையில் வாஷ் பண்ணிக்கலாம்னு சொல்லி பாத்திரங்களையும் ஃப்ளாஸ்கையும் எடுத்துக்கிட்டுப் போயிட்-டாங்க" என்றாள் அந்தப் பெண். பாவம், தனியாக ஒரு நோயாளியோடு 24 மணிநேரமும் இருக்கிறாள் அல்லவா. யாராவது பேசக் கிடைக்க மாட்டார்களா என்று ஏங்கிப் போய் இருந்தாள் போலும்!

தர்மா மேலும் சில நிமிடங்கள் அவளோடு பேசிக் கொண்டிருந்துவிட்டு வெளியே வந்தான். அதுவரை ராக்கி அறைக்குள் வரவில்லை. வெளியேதான் நின்றுகொண்டிருந்தாள். இவன் வெளியே வந்ததும் அவள் உள்ளே சென்று ஒருவிநாடி அம்மாவைப் பார்த்துவிட்டு, வந்துவிட்டாள்.

"போகலாமா?" என்பதுபோல் கைகாட்டினாள்.

முன்னறைக்குத் திரும்பியபோது பேசி முடித்திருந்தார்கள் ஷ்யாமும் பவர்லாலும். இவர்கள் வந்தவுடனேயே விடைபெற்றுக் கிளம்பத் தயாராக இருந்தான் பவர்லால். ஷ்யாம் அமர்ந்தவண்ணமே விடைகொடுத்துவிட்டான். தர்மாவைப் பற்றி அவன் எதுவும் கேட்டுக் கொள்ளக்கூட இல்லை.

வராந்தாவுக்கு வந்த ராக்கியை நோக்கி "வரேன் ராக்கி" என்றான் பவர்லால். தர்மா ஏதோ கைகளை அசைத்துச் சைகை காட்டினான். ராக்கி வியந்தும் கொஞ்சம் பயந்தும் அவனைப் பார்த்துத் தலையாட்டினாள்.

"என்ன பண்ணின?" என்று கேட்டான் பவர்லால் ஆச்சரியத்துடன்.

"போயிட்டு வரேன்னேன். ஸைன் லாங்குவேஜ்" என்றான் தர்மா.

"அட, பரவாயில்லையே. இதுகூடத் தெரியுமா?" என்று சிரித்தான் பவர்லால்.

24

பகுதி 5

மறுநாள் மாலை.

"ஹலோ தர்மா. எதுக்கு வரச்சொன்ன என்னை?" என்றவாறே உள்ளே நுழைந்தான் பவர்லால். அங்கு ஏற்கெனவே ஷ்யாம் உட்கார்ந்திருப்பதைப் பார்த்து மலைத்தான்.

"வாங்க, பவர்லால்! உங்களை வெச்சுக்கிட்டே பேசலாம்னு ஷ்யாம் சொன்னதால உங்களை வரவழைச்சேன்" என்றான் தர்மா.

பவர்லால் ஷ்யாமைப் பார்த்தான். ஷ்யாம் எங்கோ பார்த்துக் கொண்டு உட்கார்ந்திருந்தான்.

"ஷ்யாமை என்ன மனக்கஷ்டம் படுத்தறதுன்னு தெரிஞ்சுக்க விரும்பினீங்க. முதலில் அன்று, பூனம் இறந்த அன்று, என்ன நடந்ததுன்னு சொல்லிடறேன். ஷ்யாம், ஏதாவது தவறா சொன்னா கரெக்ட் பண்ணுங்க" என்றான் தர்மா. ஷ்யாம் இந்த உலகிலேயே இல்லாதவன் போல விழித்துவிட்டு மெதுவாக அவனைத் திரும்பிப் பார்த்து லேசாகத் தலையாட்டி வைத்தான்.

"அந்த ஃபேடல் நைட். வழக்கம்போல் இரவு பத்து மணிக்கு வேலை முடிஞ்சு வந்த பூனம் தன் மாமியாரைப் பார்த்துட்டு உள்ளே போயிருக்காங்க. அவங்களுக்குப் பசியில்லை, ஸோ போர்ன்விடா மட்டும் குடிச்சுட்டு அவங்க அறைக்கு வந்திருக்காங்க.

"குழந்தை தூங்கிட்டது. ஷ்யாம் முழிச்சுக்கிட்டுத் தான் இருந்திருக்கார். கணவனும் மனைவியும் பேசிக்கிட்டிருந்திருக்காங்க. அப்போதான் ஷ்யாம் ஒரு அதிர்ச்சிகரமான விஷயத்தைச் சொல்லியிருக்கார்.

"அது என்னன்னு சொல்றதுக்கு முன்னாடி இன்னொரு விஷயம் சொல்லணும். சில நாட்களுக்கு முன்னாடிதான் அவங்க அம்மாவைத் திடீர்னு உடல்நிலை மோசமாகிடுச்சுன்னு ஆம்புலன்ஸில் வெச்சு ஹாஸ்பிடல் கொண்டு போயிருக்காங்க, அங்கே நடந்த டெஸ்ட், மற்ற ப்ரொசீஜர் எல்லாம் பார்த்த பூனம், 'இவங்களை இப்படிக் கொடுமைப்படுத்தறதைவிடப் பேசாம மெர்சி கில்லிங் பண்ணிடலாம்' என்று சொல்லியிருக்கா.

"அன்றிரவு ஷ்யாம் 'பூனம், அம்மா படற கஷ்டம் எனக்கும் சகிக்கல. நீ சொன்னபடியே மெர்சி கில்லிங்குக்கு ஏற்பாடு பண்ணிட்டேன்' என்று சொல்லியிருக்கார்.

"பூனம் அதிர்ச்சியடைந்தாள். அவள் தன் மாமியார் படற கஷ்டம் தாங்காம ஏதோ சொன்னாளே தவிர அதை சீரியஸா எடுத்துக்கிட்டு உண்மையிலேயே ஷ்யாம் ஏற்பாடு பண்ணுவார்னு அவள் நினைக்கல.

"அவரைக் கொலைகாரன்னு திட்டியிருக்கா. 'நாளைக்கு எனக்கு உடம்புக்கு வந்தா என் கதியும் இதுதானா?'ன்னு கேட்டிருக்கா. அதற்குமேல் அவர் முகத்தைப் பார்க்கவும் விருப்பமில்லாம, குழந்தையை எடுத்துக்கிட்டு அவங்க அம்மா வீட்டுக்குப் போயிட்டா" என்றான் தர்மா.

கண்கள் விரிய இதைக் கேட்டுக் கொண்டிருந்த பவர்லால் "அடிப் பாவி! இந்த விஷயத்துக்காகவா தற்கொலை பண்ணிக்கிட்டா பூனம்? இதை ஈஸியா ஸால்வ் பண்ணியிருக்கலாமே! எங்கிட்ட சொல்லியிருந்தா உடனே வந்து நாலு அறை விட்டிருப்பேனே! அவனுக்கு இந்த மாதிரி ஐடியாஸே வராமப் பண்ணியிருப்பேனே" என்றான் வருத்தத்துடன்.

தர்மா பவர்லாலை உற்றுப் பார்த்தான். "பவர்பாய்! உங்களுக்குப் புரியலையா? பூனம் தற்கொலை பண்ணிக்கவேயில்லை" என்றான்.

"அப்போ அது கொலைதானா?" என்று கேட்டான் பவர்லால் ஆத்திரத்துடன்.

"அப்படின்னும் சொல்ல முடியாது. விபத்துன்னு வெச்சுக்கலாம்" என்றான் தர்மா. பவர்லால் எதுவும் புரியாமல் விழிப்பதைக் கண்டதும் தொடர்ந்தான். "அன்று ஷ்யாம் மெர்சி கில்லிங்குக்காக விஷத்தைப் போர்ன்விடாவில் கலக்கி அம்மாவுக்குக் கொண்டு வந்திருக்கார். அம்மா அதைக் குடிக்காமலே தூங்கிட்டாங்க. அதை எடுத்துவந்த பூனம் பசியில்லாததால் அதை வேஸ்ட் பண்ண வேண்டாம்னு குடிச்சுட்டாங்க. அவங்க அம்மா வீட்டுக்குப் போன பிறகு விஷம் வொர்க் பண்ணியி-

ருக்கு. பரிதாபமா இறந்திருக்காங்க" என்று விளக்கினான். பிறகு "சரி-தானே, மிஸ்டர் ஷ்யாம் பிரசாத்?" என்று கேட்டான்.

ஷ்யாம் தலையாட்டினான்.

"தெரிஞ்சோ தெரியாமலோ தன்னுடைய மனைவியோட மரணத்திற்-குத் தானே காரணமாகிட்டோமே என்ற குற்ற உணர்வும், அன்றிரவு அவள் திட்டிய வார்த்தைகளும், ஷ்யாமோட மனதைப் பிசைஞ்சிருக்கு. தான் தன் அம்மா விஷயத்தில் கொலைகாரனாக இருந்தோம், தன் காதல் மனைவியைத் தானே கொன்னுட்டோம்ங்கற பயமும், அதீதமான பாசம் வைத்திருந்த மனைவி திடீர்னு இறந்திட்ட அதிர்ச்சியும் அவரைப் பயங்கரமா தாக்கியிருக்கு. அதுதான் பூனம்மோட ஆவியா அவரைத் துரத்தியிருக்குன்னு நினைக்கறேன். நல்ல சைக்கியாட்ரிஸ்ட் கிட்ட ட்ரீட்-மெண்ட் எடுத்துக்கிட்டா சீக்கிரம் சரியாகிடுவார். ப்ளீஸ் ட்ரீட்மெண்ட் எடுத்துக்கோங்க ஷ்யாம், உங்க குழந்தையோட எதிர்காலத்தை நினைச்-சுப் பாருங்க" என்று நெகிழ்ச்சியுடன் சொன்னான் தர்மா.

ஷ்யாம் பேச வார்த்தையின்றி தர்மாவின் கைகளைப் பிடித்துக் கொண்டு தலைசைத்தான். பவர்லால் நிம்மதியுடன் அவனைப் பார்த்-தான்.

பிறகு "ரொம்ப தாங்க்ஸ், மிஸ்டர் தர்மா. என் மேல இரண்டு கொலைப் பழி விழுந்துடுமோன்னு பயந்து எதுவும் சொல்லாம என் மனதில் புழுங்கிக்கிட்டிருந்த விஷயங்களை வெளியே கொண்டு வந்துட்-டிங்க. இப்போ எவ்வளவோ நிம்மதியா இருக்கு. நான் டைரக்டா போலீ-ஸுக்குப் போய் இந்த விஷயம் எல்லாமே ஒப்புக்கப் போறேன். அவங்க என்ன தண்டனை கொடுத்தாலும் கொடுக்கட்டும்" என்றான்.

தர்மா ஒரு சிறிய காகிதத்தில் ஒரு தொலைபேசி எண்ணை எழுதி நீட்டினான். "இன்ஸ்பெக்டர் போஸோட நம்பர். என் ஃப்ரெண்ட்தான். உங்களுக்கு ஹெல்ப் பண்ணுவார்" என்றான்.

ஷ்யாம் பவர்லாலைப் பார்த்துத் தலையாட்டிவிட்டு, வெளியேறினான்.

25

பகுதி 6

"எக்ஸலெண்ட் தர்மா. மலைபோல வந்த பிரச்சனையை ஒரேநாளில் ஸால்வ் பண்ணிட்டயே! ஒரே ஒரு சந்தேகம் — ஷ்யாமும் அவனோட மனைவியும் என்ன பேசிக்கிட்டாங்கங்கறது உனக்கு எப்படித் தெரிஞ்சது?" என்று வியப்புடன் கேட்டான் பவர்லால்.

"எனக்கு எப்படித் தெரியும் பவர்பாய்? தெரிஞ்சவங்க சொன்னாங்க. என்ன முழிக்கறீங்க? அன்றிரவு காற்று வராம வெளியே தோட்டத்தில் நடமாடிக்கிட்டிருந்த ராக்கி தற்செயலா ஷ்யாம் அறையில் திறந்திருந்த வெண்டிலேட்டர் வழியா பார்த்தபோது அண்ணனும் அண்ணியும் ஏதோ மெர்சி கில்லிங்க்னு பேசறாங்களேன்னு நின்னிருக்கா. லிப் ரீடிங் மூலமா எல்லா விஷயமும் தெரிஞ்சுக்கிட்டிருக்கா. அவளை இன்னிக்கு மறுபடியும் போய்ப் பார்த்தேன். ஸைன் லாங்குவேஜ் மூலம் அதைத்தான் சொன்னேன் நேத்து. அவ எல்லா விஷயமும் சொல்லிட்டா" என்றான் தர்மா.

"அவளுக்கு இந்த விஷயம் தெரியும்னு மட்டும் உனக்கு எப்படித் தெரியும்?" என்றான் பவர்லால்.

"பவர்லால், எனக்கு என் தங்கைகள் மாதிரித் துப்பறியத் தெரியாது. எந்த சைன்டிஃபிக் நாலட்ஜும் கிடையாது" என்றான் தர்மா. பவர்லால் மறுக்க அதைக் கண்டுகொள்ளாமல் தொடர்ந்தான். "ஆனால் எனக்கு மனித முகங்களைப் படிக்கத் தெரியும். நீங்க என்னை முதலில் பார்த்தபோது, ஷ்யாம் ராக்கியை விட்டு ஒதுங்கறதா சொன்னீங்க. ஆனா அங்கே போய்ப் பார்த்தபோது அவதான் அவரை விட்டு ஒதுங்கறான்னு

தெரிஞ்சது. முகத்தில் ஒரு பயமும் தெரிஞ்சது.

"சரி, இவளுக்கு ஏதோ விஷயம் தெரியும்னு அப்பவே கெஸ் பண்ணிட்டேன். இன்று அவளைச் சந்தித்துத் தைரியம் சொல்லி, விஷயத்தைச் சொல்லுமாறு வற்புறுத்தினேன். முதலில் ரொம்பத் தயங்கினா. தனக்கு எதுவுமே தெரியாதுன்னு மறுத்தா. முடிவில் எப்படியோ அவளுக்கு என்மீது நம்பிக்கை வந்தது. அவளுக்குத் தெரிஞ்ச எல்லா விஷயமும் சொல்லிட்டா. அதுக்கு மேல அட்டெண்டர் பொண்ணு சொன்ன சில விஷயங்களை வெச்சு மற்றதைப் புரிஞ்சுக்கிட்டேன்" என்று தெளிவாக விளக்கினான் தர்மா.

"உன் மேல யாருக்குத் தான் நம்பிக்கை வராது? நானே அதனால்தானே உன்னைத் தேடிக்கிட்டு வந்தேன்! நீ மட்டும் ஏமாத்தறவனா இருந்தா இந்த உலகமே உன்கிட்ட ஏமாந்துடும். நல்லவேளை நீ நல்லவனா இருக்க" என்று சிரித்தான் பவர்லால்.

கூடச் சிரித்த தர்மாவுக்குத் தன் தங்கைகள் நினைவு வந்தது. கூடவே தான் துப்பறிந்த விதம் சரியில்லை, இன்னும் எஃபீஷியண்டாகச் செயல்பட்டிருக்கணும் என்று தன்யா திட்டுவாளோ என்ற பயமும் வந்தது.

(முற்றும்)

தங்கத் திருட்டு

26

பகுதி 1

"என்னப்பா இது? திடீர்னு என்னை வேற வேலைக்குப் போன்னு சொல்றீங்க? நான்தான் தன்யாவோட சேர்ந்து துப்பறியும் நிறுவனம் நடத்தறேனே!" என்றாள் தர்ஷினி.

"அதெல்லாம்தான் போதும்னு சொல்றேன்! உருப்படியா ஏதாவது பண்ணணும்ங்கற எண்ணமே இல்லையா உனக்கு? கழுதைக்காற வயசாச்சு?"

"ஏன் இப்போ பண்ணறது உருப்படி இல்லையா? கழுதைக்கு ஆற வயசுன்னா, கழுதை மாதிரி நானும் பொதி சுமக்கணுமா?"

"பின்னே, பாரம் சுமக்க வேண்டாமா? கல்யாணம் ஆகி, குடும்ப பாரம்?" என்றார் அப்பா.

"போச்சுடா" என்று எண்ணிக் கொண்டாள் தர்ஷினி.

"இங்க பாரு, முந்திக் காலம் மாதிரி இல்லை. இப்போ பொண்ணு நல்ல வேலைல இருந்தாத்தான் நல்ல மாப்பிள்ளை கிடைப்பான்! ஐடியில் வேலை பார்க்கறதுதான் ஒரு பொண்ணுக்கு டாப் ஐடி, புரிஞ்சுதா? கம்ப்யூட்டர் இஞ்சினியரிங் படிச்சுட்டு, என்னத்துக்காக டிடக்டிவ் வேலை பார்க்கணும்ங்கறேன்?" அப்பா பொரிந்தார்.

"அப்பா, டிடெக்டிவ் ஆகணும்ங்கறது எஞ்சினியர் ஆகறதுக்கு முன்னாடியிருந்தே என் லட்சியம். கம்ப்யூட்டர் படிச்சதுக்காகக் கனவை விடச் சொல்றீங்களா?"

"பேசாத நீ! நீங்களும் உங்க டிடெக்டிவ் ஏஜன்சியும்! ஐடியில் இருந்தா..."

"...மாசம் என்ன சம்பளம் வாங்குவேனோ, அதை இப்பவும் சம்பாதிச்சுட்டுத்தான் இருக்கேன்" என்றாள் தர்ஷினி சூடாக.

"பணத்துக்காகவா சொல்றேன்? நீ வேலையே பார்க்காட்டாலும் பரவாயில்லை. என் பொண்ணு ப்ராஜக்ட் மேனேஜர்னு மேட்ரிமோனியல் ப்ரொஃபைல்ல எழுதறது எப்படி, டிடெக்டிவ்வா இருக்கான்னு போடறது எப்படி?"

"இதில் என்னப்பா கேவலம் இருக்கு?"

"எனக்குப் பாடம் எடுக்காதே நீ! எல்லாம் இந்தத் தன்யாவின் பெரியதனம். நீ அதுக்குத் தூபம் போடற. உங்க ரெண்டுபேரையும் கண்டிக்காம இருக்கான் இந்தப் பொறுப்பில்லாத தர்மா!

"யூ எஸ்ல எம் எஸ், பி ஹெச் டி படிச்சுட்டு பெரிய பெரிய வேலை எல்லாம் பார்த்துட்டு, நம்ம ஊரில் வந்து பெரிய ஸாஃப்ட்வேர் கம்பெனி வைத்திருக்கிறாரே சாம்பசிவம், அவரைச் சந்திக்க இன்றைக்கு அப்பாயிண்ட்மெண்ட் கேட்டிருக்கேன். மரியாதையா என்னோட நீயும் வந்து, அவர் கம்பெனியில் எப்படியாவது சேருகிற வழியைப் பார்" அப்பா மிரட்டிவிட்டுப் போய்விட்டார்.

தர்ஷினி "சே!" என்றாள்.

27

பகுதி 2

தகவல் தொழில்நுட்ப நிறுவனத்தில் வேலைக்குச் சேருகின்ற அபிப்ராயம் துளிக்கூட இல்லையாயினும் அப்பாவுக்காகத் தர்ஷினி தன்னைத் தயார் செய்துகொண்டு அவருடன் திரு சாம்பசிவம் அவர்களைச் சந்திக்கச் சென்றாள்.

சாம்பசிவம் ஆச்சரியமான மனிதர். அமெரிக்காவிலோ, ஐரோப்பாவிலோ டாலர்களையும் பவுண்டுகளையும் குவித்துக் கொண்டிருக்க வேண்டிய மனிதர், "என் சொந்த ஊரை மேம்படுத்துவதே என் கடமை" என்று நெல்லையில் கம்பெனி வைத்திருக்கிறார். அவர் கம்பெனியின் மென்பொருட்களோ, அட்லாண்ட்டிக் தாண்டிப் பெயர் பெற்றிருக்கின்றன. சாம்பசிவம் திருமணம் செய்துகொள்ளவில்லை. பரோபகாரி. எத்தனையோ சேவை நிறுவனங்களை நடத்தி வருகிறார்.

அவர்கள் இருவரும் மாலை நான்கு ஐம்பதுக்கு சாம்பசிவத்தின் வீட்டுக்குள் நுழைந்தனர். உடனே உள்ளே அழைத்துச் செல்லப்பட்டு ஹாலில் அமர வைக்கப்பட்டனர். அவர்களைச் சிறிதும் காக்க வைக்காமல் டாண் என்று அப்பாயிண்ட்மெண்ட் கொடுத்த ஐந்து மணிக்கு ஹாலில் நுழைந்தார் சாம்பசிவம்.

சாம்பசிவத்தின் வீடு, பெரிதாக இருந்தாலும் எளிமையாக இருந்தது. அவரும் மிக எளிமையாகக் காட்சியளித்தார்.

"வணக்கம். நான் ராமபத்ரன்" என்று தன்னை அறிமுகம் செய்துகொண்டார் தர்ஷினியின் அப்பா.

"என்ன சார், நெல்லையோட பிக் ஷாட்ஸ்ல ஒருத்தர் நீங்க, உங்களைத் தெரியாதா எனக்கு? நல்லா இருக்கு போங்க" என்று சிரித்தவாறே அவர் கையைப் பற்றி அமரவைத்தார் சாம்பசிவம். "உங்க பெண்ணா?" என்றார் தர்ஷினியைக் காட்டி. ராமபத்ரன் தலையசைத்ததும் "எங்க தாத்தா காலத்திலிருந்து உங்க கடையில்தான் நாங்க ஜவுளி வாங்கறது" என்றார்.

தர்ஷினி அடக்கமாகப் புன்னகைத்தாள்.

"நீ எப்படி? பரம்பரைக் கடையைப் பார்த்துக்கப் போறியா, அல்லது உனக்குன்னு ஸ்பெஷல் லட்சியம் ஏதேனும் இருக்கா?" என்றார் சாம்பசிவம்.

"பாரம்பரியம், நம்முடைய லட்சியம் இரண்டையுமே ஒரே நேரத்தில் பாதுகாக்க முடியுமே சார்! ஏன், நீங்களே அதைச் சாதிச்சிருக்கீங்களே!" என்றாள் தர்ஷினி. "ஆஃப் கோர்ஸ், பெண்களுக்கு இவற்றோடு சேர்த்துக் குடும்ப நலனும் முக்கியம்."

"எங்களுக்கும் அது முக்கியம்" என்று சிரித்தார் சாம்பசிவம். "இல்லாட்டா என்னைப் பார்க்க இருக்கிற வேலை எல்லாத்தையும் விட்டுட்டு ஏன் வருகிறார் உன் அப்பா?" என்று அவளிடம் கேட்டுவிட்டு, ராமபத்ரனை நோக்கி "ஸ்மார்ட் கேர்ள் உங்க டாட்டர்" என்று பாராட்டினார்.

ராமபத்ரன் "சார், நான் எதுக்கு வந்திருக்கேன் என்பதைச் சரியா கெஸ் பண்ணிட்டீங்க. என் டாட்டருக்கு உங்க கன்சர்னில் வேலை கேட்டுத்தான் வந்தேன்" என்றார் சுருக்கமாக.

சாம்பசிவத்தின் முகம் சுருங்கியது. இத்தனை நேரடியாகக் கேட்பார் என்று எதிர்பார்க்கவில்லை போலும்! ஒரு புன்னகையால் அதை மறைத்துக் கொண்டவராக "இவ்வளவு ஸ்மார்ட் கேர்ள்க்கு ரெகமெண்டேஷன் தேவையே இல்லையே! அப்ளிகேஷன் போட்டு ப்ராப்பர் சேனல் மூலமாகவே எங்க கன்சர்னில் வேலைக்கு வரலாமே" என்றார்.

அவர் சிரித்துக் கொண்டே சொன்னாராயினும் ராமபத்ரன் அறை வாங்கியதுபோல் உணர்ந்தார். தர்ஷினிக்கும் கோபம் வந்தது.

"உன் குவாலிஃபிகேஷன் என்னம்மா? எப்போ டிகிரி கம்ப்ளீட் பண்ணின?" என்ற சாம்பசிவத்தின் சம்பிரதாயக் கேள்விகளுக்குப் பதில் சொல்லவே அவளுக்கு இஷ்டமில்லை. இயந்திரத்தனமாய் அவர் கேட்ட தகவல்களைக் கூறினாள்.

"ஐ ஸீ. பாஸ் அவுட் ஆகி இத்தனை நாள் எங்கே வேலை பார்த்துக் கொண்டிருந்தாய்?" என்றார் சாம்பசிவம்.

ராமபத்ரன் தர்ஷினியைப் பதில் சொல்ல விடாமல் "சார், இத்தனை நாள் அவ எந்த ஐடி கம்பெனியிலும் வேலை பார்க்கலை..." என்று இழுத்தார்.

"ஏன் இத்தனை நாள் வேலை பார்க்காம இருந்தா?" என்றார் சாம்பசிவம்.

"வேலை பார்க்கலைன்னு யார் சொன்னது. ஐடி கம்பெனியில் இல்லைன்னுதான் அப்பா சொன்னார்" என்றாள் தர்ஷினி. அவளுக்குப் பொறுமை போய்க் கொண்டிருந்தது.

"ஓ, மை மிஸ்டேக்" என்றார் சாம்பசிவம் மென்மையாக. "அப்போ எங்கே வேலை பார்த்தேம்மா? உன் அப்பா கடையைப் பார்த்துக் கொண்டிருந்தியா?"

"இல்லை சார். நான் என் கஸின்ஸோட சேர்ந்து சென்னையில் டிடக்டிவ் ஏஜன்சி வைத்திருக்கிறேன்" என்று பெருமையாகக் கூறினாள் தர்ஷினி.

சாம்பசிவம் இந்தப் பதிலை நிச்சயம் எதிர்பார்க்கவில்லை. "வாட்!" என்றார் ஆச்சரியமாக.

"நான் எதற்காக இவளுக்கு ரெகமெண்டேஷன் எதிர்பார்க்கிறேன் என்று புரிகிறதா?" என்ற பாவத்தில் சாம்பசிவத்தைப் பார்த்தார் ராமபத்ரன்.

"ஓஹோ, அப்போ நீ அந்த வேலையை விட்டுட்டு ஐடி வேலைக்கு வரணுங்கறது உன் அப்பாவோட ஆசை, இல்லையா? உன்னைப் பொறுத்தவரை உன்னுடைய தற்போதைய ஆக்குபேஷன் திருப்தியா இருக்கு" என்றார் சாம்பசிவம்.

ராமபத்ரனும் தர்ஷினியும் தலையாட்டினார்கள்.

சாம்பசிவம் சற்று ஆலோசித்தார். பிறகு "தர்ஷினி, லெட் அஸ் ஹாவ் அ சாலஞ்ச். நாளைக்கு உன்னை நான் என்னுடைய ஆஃபீஸ்க்கு அழைச்சுட்டுப் போறேன். அங்கே ஒரு சின்ன கேஸ்... அதை நீ ஒரு வாரத்திற்குள் ஸால்வ் பண்ணிட்டேன்னா, நீ கேட்கிற ஃபீஸ் நான் தரேன், உன் அப்பாவையும் கன்வின்ஸ் பண்ணி நீ உன் ஏஜன்சிலயே தொடர்ந்து வேலை பார்க்கும்படியா பண்றேன். ஒருவேளை உன்னால் முடியலேன்னா, நீ என் கம்பெனியில் ப்ராப்பர் சானலில்

வேலைக்கு முயற்சி செய்யணும். அதாவது..."

"முதல் நாள் கம்பெனிக்குள்ளேயே வர முடியாது. என் பயோ-டேட்டாவை வாட்ச்-மேனிடம் கொடுத்துட்டுப் போயிடணும். ஹெச் ஆர் கூப்பிட்டா அப்புறம் வரணும்" என்றாள் தர்ஷினி புன்னகைத்து. ராமபத்ரன் அதிர்ந்து "பேசாம இரு" என்று ஜாடை காட்டினார்.

சாம்பசிவத்தால் சிரிக்காமல் இருக்க முடியவில்லை. "வெல், இண்டஸ்ட்ரி நிலை தெரிஞ்சிருக்கு உனக்கு. கண்டிஷனுக்குச் சம்மதமா?"

ராமபத்ரன் மறுப்பாய்ப் பார்த்துக் கொண்டிருக்கையிலேயே "சம்மதம் சார்" என்றாள் தர்ஷினி.

28

பகுதி 3

"வெல்கம், வெல்கம் ஸ்மார்ட் கேர்ள்" என்றார் சாம்பசிவம். "கரெக்டா ஏழு மணிக்கு வந்துட்டியே! பங்க்சுவாலிட்டி எனக்கு ரொம்பப் பிடிக்கும்" என்றார் சாம்பசிவம் மறுநாள் காலை.

"தாங்க் யூ சார். என் ஸிஸ்டர் தன்யா அதில் ரொம்ப ஸ்ட்ரிக்ட். என் ப்ரதரும் ஜகன்மித்யான்னு சொல்ற அத்வைதின்னாலும், காலத்-தைத் தெய்வமாக உபாசிக்கிறவன்" என்றாள் தர்ஷினி.

"வெல், நிறைய கேள்விப்பட்டேன் உன் ஸிஸ்டரைப் பற்றியும் உன் பிரதரைப் பற்றியும். உன்னைப் பற்றியும்கூட" என்று சாம்பசிவம் சொன்-னதைக் கேட்டதும் "ஓஹோ, சதுரா பற்றி விசாரித்திருக்கிறார்" என்று எண்ணிக் கொண்டாள் தர்ஷினி. அவளுக்குச் சிரிப்பு வந்தது.

"எட்டு மணிக்கு வழக்கமா நீங்க ஆஃபீஸ் போவீங்க. என்னை ஏழு மணிக்கு வரச் சொல்லியிருப்பதைப் பார்த்தா கேஸ் பற்றி இங்கேயே விளக்கப் போறீங்கன்னு கெஸ் பண்றேன். யூ கான் ஸ்டார்ட் சார், ஐ ஆம் ஆல் இயர்ஸ்" என்றாள் தர்ஷினி.

சாம்பசிவம் சற்று மௌனமானார். அவன் மனத்தில் பல உணர்ச்சிகள் அலைமோதின. பிறகு மெதுவாக "எங்க கம்பெனியில் திருட்டு நடக்குது" என்றார். "திருட்டுன்னா சாதாரணப் பணத் திருட்டோ, பொருள் திருட்டோ இல்லை. இது மிக விலைமதிப்பு வாய்ந்த தங்கத் திருட்டு" என்றார்.

"தங்கத் திருட்டா? ஒரு நிறுவனத்தில் விலைமதிப்பு வாய்ந்தது டேட்டா — தகவல்களின் கூட்டமைப்பு. அதுவா திருடுபோகிறது?"

என்று கேட்டாள் தர்ஷினி.

"நீ ரொம்ப ஷார்ப். சாதாரணமா எல்லா கம்பெனிகளிலும் மிக மதிப்பு வாய்ந்தது டேட்டா. அதனை நாங்க ப்ளாட்டினம்னு சொல்வோம். ஏனென்றால் இணையத்தில் இயங்குகின்ற எங்க மென்பொருளை நம்பி க்ளையண்ட்ஸ் அவங்க டேட்டாவை எங்களிடம் ஒப்படைக்கறாங்க இல்லையா?"

"ஐ ஸீ. அப்போ தங்கம்னு சொன்னது?"

"கோடிங். மென்பொருளுக்கான புரோகிராமிங்" என்றார் சாம்பசிவம். "நாங்க புதுசுபுதுசான டெக்னிக்குகள் பயன்படுத்தி மென்பொருளை மேலும் பாதுகாப்பானதாகவும், சுலபமானதாகவும் வேகமானதாகவும் புதிய அம்சங்கள் நிறைந்ததாகவும் செய்துக்கிட்டே வருவோம். சமீபகாலமா நாங்க வெளியிடத் திட்டமிட்டிருக்கிற அதே அப்டேட்ஸ் எங்களுக்கு முன்னாடி எங்க போட்டிக் கம்பெனிகளால் வெளியிடப்படுது..."

"கோ-இன்ஸிடென்ஸ்? அல்லது அவங்க உங்களைவிட வேகமா..."

"இரண்டுமே சாத்தியம்தான்..." என்று ஒப்புக்கொண்டார் சாம்பசிவம். "...ஓரிரு முறை நடந்தா!" என்று சேர்த்துக் கொண்டார். "இந்த மாதிரிப் பலமுறை நடந்தாச்சு. யூ ஸீ, ரெண்டுபேர் ஒரே புரோகிராமிங்கைச் செய்து வரும்போது, ஆங்காங்கே இருவருக்குமே பிரச்சனைகள் வரும். எங்க புரோகிராம்மர்ஸ் கஷ்டப்பட்டு அதற்கு சொல்யூஷன் கண்டுபிடிக்கறாங்க. அதைப் போட்டி நிறுவனத்தில் அப்படியே பயன்படுத்திக்கறாங்க. நாங்க இங்கே மண்டையை உடைத்துக் கொண்டிருக்கும்போது அவங்க மற்ற பகுதிகளை வேகமா செய்து முடிச்சுடறாங்க. அதான் அவங்களால அப்டேட்ஸ் எங்களைவிடச் சீக்கிரமா கொடுக்க முடியுது. புரியுதா?" என்று விளக்கினார்.

தர்ஷினி புரிந்தது என்பதுபோல் தலையசைத்தாள். "உங்க கம்பெனியில் நூற்றுக்கணக்கில் புரோகிராம்மர்கள் இருப்பாங்களே!"

"ஓ எஸ். ஆனா எல்லா கோடிங்குமே ரிலீஸ் ஆவதற்கு முன்னால் நான்கு பேருடைய பார்வைக்கு வரும்..."

"அவர்களில் ஒருவர்தான் தங்கத்திருடர்னு சந்தேகிக்கறீங்க, இல்லையா? அவங்களைப் பற்றிச் சிறுகுறிப்பு வரைங்க."

சாம்பசிவம் சிரித்துவிட்டார். பிறகு "சாய்குமார், உஷா இவங்க ரெண்டுபேரும் சீனியர் டீம் லீடர்ஸ். ஆதர்ஷ் ப்ராஜக்ட் ஹெட். சிவசு... சிவசுப்ரமணியன்... கோட் ஆடிட்டர்.

"சாய்குமார் சென்னை ஆஃபீஸிலிருந்து இங்கே மாற்றலாகி வந்தவர். இங்கே ப்ராஞ்ச் ஆரம்பிச்சதில் இருந்து வேலை செய்கிறார். கெட்டிக்காரர். டைம் மேனேஜ் பண்ணுவதில் ஸ்பெஷலிஸ்ட்.

"உஷா சென்னை, கோவை போன்ற இடங்களில் கம்பெனிகளில் வேலை பார்த்தவங்க. அவங்க ஹஸ்பெண்டுக்கு உடல்நலம் சரியில்லாமல் போனதும் சொந்த ஊருக்கு வந்துட்டாங்க. இங்கே நம்ம ஆஃபீஸில் ஜாயின் பண்ணியதில் எனக்கு ரொம்பச் சந்தோஷம். ரொம்ப டேலண்ட்டட் பர்ஸன். பிரச்சனைகளைச் சட்டென்று ஸால்வ் பண்ணிடுவார். லைட்னிங் ப்ரெய்ன்.

"ஆதர்ஷ் இளைஞன். எல்லோரையும் ஒரு டீமாக இணைத்து வேலை வாங்குவதில் எக்ஸ்பர்ட். அவனாகவும் சில சிக்கலான கோடிங் பகுதிகளை எடுத்துச் செய்வான், ஒவ்வொரு ப்ராஜக்டிலும். ஆஃபீஸில் ரொம்ப எஃபீஷியண்ட், வெளியே கொஞ்சம் குஷால் பேர்வழி!

"சிவசு என்றே நாங்கள் எல்லோரும் அழைக்கும் சிவசுப்ரமணியன் கவர்ன்மெண்ட் சர்வீஸில் இருந்து ரிடையர் ஆனவர். க்வாலிட்டி எக்ஸ்பர்ட். அவருக்குன்னே இந்தப் பதவியை விசேஷமா நான் உருவாக்கினேன். ரிலீஸுக்கு முன்னால் ஒவ்வொரு கோடிங் வரியையும் பரிட்சை செய்து பார்ப்பார். ஃப்ரண்ட் எண்ட் மெசேஜஸ், கோடிங்கை விளக்கும் கமெண்ட்ஸ் இவைகளையெல்லாம் மேம்படுத்துவது அவருடைய முக்கியமான வேலை. நேரடியாகக் கோடிங்கை மேம்படுத்துவது ஆதர்ஷின் வேலை என்றாலும் இவரும் இதில் பங்குபெறுவார்."

சாம்பசிவம் நீளமாகப் பேசி முடித்தார்.

தர்ஷினி அமைதியாகக் கேட்டுக் கொண்டாள். பிறகு "கிளம்பலாமா சார்?" என்றாள்.

"ரெண்டு கண்டிஷன்" என்றார் சாம்பசிவம்.

"ஒண்ணு, ஸ்டாஃபோட வேலையை டிஸ்டர்ப் பண்ணக் கூடாது. ரெண்டு, நான் டிடக்டிவ்னு யாருக்கும் தெரியக்கூடாது. அவ்வளவுதானே சார்?" என்றாள் தர்ஷினி சிரிப்புடன்.

"ஷார்ப். வெரி ஷார்ப்" என்றார் சாம்பசிவம் பாராட்டாய்.

29

பகுதி 4

"காம்ரேட்ஸ், இவங்க தர்ஷினி. சென்னையில் ஒரு பெரிய பத்திரிகை-யோட நிருபரா வேலை பார்க்கறாங்க. நம்ம ஆஃபீஸ்ல ஒரு வாரம் இருந்து அதைப் பற்றி ஒரு ஃபீச்சர் தயார் பண்ணப் போறாங்க. நீங்க எல்லோரும் உங்க வேலையைக் கெடுத்துக்காம எவ்வளவு ஒத்துழைப்-புக் கொடுக்க முடியுமோ, கொடுங்க" என்று எல்லா ஊழியர்களையும் கான்ஃபெரன்ஸ் ஹாலில் கூட்டி அறிவிப்புச் செய்தார் சாம்பசிவம்.

உடனே வேலையை ஆரம்பித்துவிட்டாள் தர்ஷினி. மனிதவளத் துறையில் (HR) அவர்கள் வேலைக்குச் சேர்க்கும் முறை, புரோகிராம்-மர்களின் குழுக்கள், ஒரு ப்ராஜக்ட் பல வேலைகளாகப் பிரிக்கப்படும் முறை எல்லாம் தெரிந்துகொண்டாள். சாம்பசிவம் குறிப்பிட்ட நால்வருக்-குக் கோடிங்கைத் திருட இருக்கும் வாய்ப்பு மற்ற யாருக்குமே இல்லை என்பதைப் புரிந்துகொண்டாள்.

அவளுக்கு முக்கியமான தகவல்கள் கொடுத்த கோவிந்தராஜன் சற்று வயதானவர். முகத்தில் சோர்வு இருந்தது. நெல்லைக்காரர்தான் என்பது பேச்சில் தெரிந்தது. கூடவே மெலிதான மலையாள வாடை இருந்தது தர்ஷினிக்கு ஆச்சரியமாக இருந்தது.

மணி பதினொன்றடித்ததும் "வாங்க சார், காண்டீனில் ஒரு டீ சாப்-பிடலாம். மை ட்ரீட்" என்று அழைத்துப் போனாள்.

சற்று ரிலாக்ஸ் ஆனார் கோவிந்தராஜன். "நம்ம காண்ட்டீனில் லெமன் டீ ஸ்பெஷல்" என்றவர் தானே டீக்கும் கட்லெட்டுக்கும் டோக்-கன் பெற்றுவந்தார். அவரை ஒரு மூலை மேஜையில் அமரவைத்துவிட்டு

அவற்றை வாங்கிவந்தாள் தர்ஷினி.

"கோட் ஆடிட்டர் மிஸ்டர் சிவசு உங்க ஊராமே, உங்களுக்கு அவரைத் தெரியுமா சார்?" என்று ஆரம்பித்தாள்.

லெமன் டீயில் கவனமாயிருந்தவர் கலைந்து "ஏன் தெரியாது? நாங்க ரெண்டுபேரும் தென்காசியில் ஒரே தெரு" என்றதும் மலையாள வாசனையின் காரணம் புரிந்தது.

"ஒண்ணா படிச்சவங்கதான், அவன் மேலே மேலே போயிட்டான். நான் இருந்த இடத்திலேயே இருக்கேன். அவனுக்கு நாலு பொண்ணுன்னு அவனைப் பார்த்துக் கேலி பண்ணாதவங்க கிடையாது. இன்னிக்கு நாலு பொண்ணுக்கும் கல்யாணம் பண்ணியாச்சு. எல்லாம் ஃபாரின்லே பெரிய பெரிய வேலை பார்க்குது. என்னைப் பாருங்க, ரெண்டு பசங்களுக்கும் கல்யாணம் ஆகல. நல்லதுக்கே காலமில்லை" என்று அங்கலாய்த்தார்.

"அப்போ சிவசு சார் மாதிரியே அவங்க பொண்ணுகளும் கெட்டிக்காரங்கன்னு சொல்லுங்க" என்று சீண்டினாள் தர்ஷினி.

"ஐயோ, அவன் கெட்டிக்காரத்தனத்தை எங்கிட்டக் கேளுங்க" என்றார் கோவிந்தராஜன். "மூணாவது பொண்ணுக்குப் பெரிய இடத்தில் மாப்பிள்ளை பார்த்துட்டான். அவன் நினைச்ச அளவிற்குப் பணம் புரட்ட முடியல. என்ன பண்னினான் தெரியுமா? ஆஃபீஸ் பணத்தில் கையை வெச்சுட்டான்!"

"வாட்? இங்கேயா?"

"இங்கே இல்லை. கவர்ன்மெண்ட் ஆஃபீஸ்ல. ப்ளாக்மார்க்கோடத்தான் வெளியே வந்தான். போலீஸ் கேஸ் ஆகி, எப்படியோ தப்பிச்சான். அவனைத்தான் சாம்பசிவம்சார் கொண்டாடித் தன் ஆஃபீஸில் சேர்த்திருக்கார்."

"இங்கே நல்லா வேலை செய்யறார் போலிருக்கு..."

"எங்கேயுமே அவன் வேலையில் குறைசொல்ல முடியாது. திறமைசாலிதான்" என்று ஒப்புக்கொண்டார் கோவிந்தராஜன். "கை கொஞ்சம் நீளம். ஆனா திருட கோடிங்கில் வாய்ப்பு ஏது? பணப்புழக்கம் உள்ள இடத்தில் அவனை வைக்கலை சாம்பசிவம் சார். அந்த மட்டிலும் நல்லது. அடுத்த வருஷம் வாலண்டரி ரிடையர்மெண்ட் வாங்கப் போறானாம்" என்று சொல்லிவிட்டுக் கட்லெட்டை ரசிக்க ஆரம்பித்தார்.

தர்ஷினி டீயை அருந்திக் கொண்டே யோசனையில் ஆழ்ந்தாள். ஏற்கெனவே திருடி மாட்டிக் கொண்டவர் சிவசு. இப்போது பணம் திருட வாய்ப்பு இல்லை, கோவிந்தராஜன் சொன்னதுபோல்.

ஆனால் கோடிங்கைத் திருடலாமே! தங்கக் கைகுலுக்கலுக்கு முன்னால், தங்கத் திருட்டு!

பதினொன்றரை மணி வாக்கில் அக்கவுண்ட்ஸ் செக்ஷனுக்குச் சென்றாள் தர்ஷினி. அங்கே எதுவும் க்ளூ கிடைக்கும் என்று தோன்றாவிடினும், குறிப்பிட்ட நான்குபேரின் சம்பளம், செல்வநிலை பற்றித் தெரிந்துகொள்ளலாம் என்று அவளுக்குத் தோன்றியது. ஆனால் அங்கே அவளுக்குப் பல தகவல்கள் கிடைத்ததுதான் ஆச்சரியம்!

ஸீனியர் டீம் லீட் உஷா, எத்தனையோ பெரிய வேலைகள் மெட்ரோ நகரங்களில் அவருக்காகக் காத்திருந்தும் கணவனுக்காக இங்கே வந்திருக்கிறார். கணவன்மீது உயிரையே வைத்திருப்பவர் உஷா. ஆனால் கணவன் பொறாமைக்காரர். தன் மனைவி தன்னைவிடப் பெரிய வேலை பார்ப்பது பொறுக்காதவர். உஷாவை ராஜினாமா பண்ண வைத்து இங்கே அழைத்து வந்திருக்கிறார். அவரைப் பாரிசவாயு தாக்கிப் படுக்கையில் தள்ளிவிட்டதால் வேறு வழியின்றி உஷாவை வேலை பார்க்க அனுமதித்திருக்கிறார். அவருக்கு ஒரு விலையுயர்ந்த சிகிச்சை அளித்தால் அவர் மறுபடி நடக்க வாய்ப்பு இருக்கிறதென்றும், தன்னுடைய சேமிப்பு முழுவதும் முதல் மகளின் திருமணத்திலும் இரண்டாவது மகளை அமெரிக்காவுக்குப் படிக்க அனுப்பியதிலுமே கரைந்து போய்விட்டதால் அந்தச் சிகிச்சை செய்யத் தற்போது பணமில்லை என்றும், பல வழிகளில் முயன்று கொண்டிருப்பதாகவும் உஷா சொல்லியிருக்கிறாள்.

அவற்றில் ஒன்று தங்கத் திருட்டா?

சாய்குமார். மனைவியை இளமையிலேயே இழந்தவர். சாம்பசிவத்தின் உற்ற நண்பர். அவருக்குக் கம்பெனியே எல்லாம். "ப்ரில்லியண்ட்" என்று சொல்ல முடியாவிடினும் மிகவும் நேர்மையானவர், உழைப்பாளி.

"அப்பாடி! ஒருவரை எலிமினேட் செய்ய முடிந்ததே" என்று சந்தோஷப்பட்டுக் கொண்டாள் தர்ஷினி.

ஒரு மணிக்கு அவளுக்காக அளிக்கப்பட்டிருந்த சிறிய கேபினுக்குள் வந்த சாம்பசிவம் "தர்ஷினி, எனக்கு அவசரமாக வெளியே போகணும். நீங்க நம்ம வீட்டிலேயே லஞ்ச் சாப்பிடலாம். அல்லது கேண்ட்டீனில் ஆர்டர் பண்ணிட்டு இங்கே அறைக்குள் வைத்துச் சாப்பிடலாம். யுவர்

சாய்ஸ். ஆர்டர் பண்றதாயிருந்தா இண்டர்காமில் வாட்ச்மேனைக் கூப்பிட்டுக்கோங்க" என்று சொல்லிவிட்டுப் போனார்.

தர்ஷினி கேண்ட்டீனுக்கே சென்று சாப்பிடலாமா என்று எண்ணினாள். வேண்டாம் என்று தோன்றியது. இங்கே சாப்பிட்டுக் கொண்டே யோசிக்கலாம். இதுவரை அறிந்துகொண்டதைப் பட்டியலிடலாம். அடுத்த கட்டத்தைத் திட்டமிடலாம்.

வாட்ச்மேனை அழைத்துத் தன் மதிய உணவை வாங்கிவரும்படி கூறினாள். அவன் அவற்றை எடுத்து வரும்போது, தர்ஷினி ஜன்னல் வழியே வெளியே பார்த்துக் கொண்டிருந்தாள்.

"மேம்" என்று குரல் கொடுத்தான் வாட்ச்மேன்.

தர்ஷினி திரும்பினாள். "வாட்ச்மேன், அங்கே கார் பார்க்கில் நிற்கும் இளநீல நிற ஸ்போர்ட்ஸ் கார், ஃபாரின்தானே? சாம்பசிவம் சாரோடதா?" என்று கேட்டாள்.

வாட்ச்மேன் சிரித்து "மேம், சார் இன்னும் அம்பாஸிடர் கார்தான் வெச்சிருக்கார். ஆஃபீஸ்-வீட்டுக்கு நடுவில் சைக்கிள்ளதான் போய்ட்டு வருவார்" என்றான்.

"வாவ்! எவ்வளவு சிம்ப்பிள் மேன்! இவரைப்போல் எல்லோரும் இருந்தா எவ்வளவு நல்லாயிருக்கும்" என்று உண்மையான பெருமையோடு கூறினாள் தர்ஷினி. "அப்போ அந்தக் கார் யாரோடது?"

"ஆதர்ஷ் சாரோடது மேம்! அவர்தான் வருஷத்துக்கு ஒரு கார் மாற்றுவார். பணக்கார வீட்டுப்பிள்ளை. வேலை செய்துதான் சம்பாதிக்கணும்னு இல்லை. ஒரு சேலஞ்சுக்காகச் செய்யறார். அவருக்கு வாழ்க்கையே சேலஞ்ச்தான்! எதையாவது செய்து காட்டறேன்னு சேலஞ்ச் பண்ணுவார், அதை நடத்தியும் காட்டுவார்" என்றான் வாட்ச்மேன்.

அவன் போனதும் தர்ஷினி உணவைச் சிந்தித்துக்கொண்டே உண்டு முடித்தாள்.

கோடிங் வரிகள் திருடப்படுகிறது. நால்வர் சந்தேக வட்டத்திற்குள். அதில் இருவர்மீது சந்தேகப்புள்ளி கனமாக விழுந்திருக்கிறது. யார் என்று எப்படித் தெரிந்தகொள்வது? இவர்கள் ஒவ்வொருவரையும் தனித்தனியே சந்திக்கலாமா? இவர்கள் வீடுகளுக்குச் சென்று அக்கம்பக்கத்தில் விசாரிக்கலாமா?

தன்யா எப்படி இதனை ஹாண்டில் செய்வாள்? தர்மாவின் அட்வைஸ் என்னவாக இருக்கும்?

"லாட்டரல் திங்க்கிங்" என்று நேரில் வந்து பேசுவதுபோல் தர்மாவின் குரல் கேட்டது தர்ஷினியின் மனதில். திடுக்கிட்டாள். பிறகு "ஆமாம், அப்படித்தான் சொல்வான்" என்று எண்ணிக் கொண்டாள். "முக்கிய-மான கேள்விக்குப் பதில் தெரியவில்லையெனில், அதனோடு சேர்ந்த வேறு சின்னக் கேள்விகளுக்குப் பதில் தேடு" என்பான்.

அடுத்து என்ன செய்யவேண்டும் என்று முடிவெடுப்பது இப்போது தர்ஷினிக்குச் சுலபமாகிவிட்டது.

30

பகுதி 5

இரண்டரை மணிக்கு சாஃப்ட்வேர் செக்யூரிட்டி பிரிவிற்குள் நுழைந்தாள் தர்ஷினி. அதன் தலைமைப் பொறுப்பிலிருந்த பெண் தர்ஷினியைவிட இளையவளாக இருந்தாள். மோக்லி என்று அழைக்கப்பட்ட அவளின் உண்மையான பெயர், மோகனசுந்தரியாம்! தர்ஷினிக்குக் கிரேஸி மோகன் நினைவுக்கு வந்தார்.

மோக்லி நட்புடன் பேசினாள். டேட்டா பாதுகாப்புக்காக அவர்கள் எடுத்துக் கொள்ளும் அக்கறை பற்றி டெக்னாலஜி வார்த்தைகளின்றிப் பொதுவாக விளக்கினாள். இடையிடையே தர்ஷினி குறிப்பெடுத்துக் கொள்வதற்காகப் பொறுமையுடன் காத்திருந்தாள்.

தர்ஷினி "மோக்லி! என் அடுத்த கேள்வி புரியறதுக்காகச் சின்ன உதாரணம் சொல்றேன். ஒரு மரத்தில் எக்கச்சக்கமாகக் கனிகள் காய்த்துத் தொங்குது. அதை வானில் பறக்கும் பறவைகள் கொத்தாதபடிச் சுற்றிலும் வலைபோட்டு வைத்திருக்கிறார்கள். ஆனால் அந்த மரத்திலேயே வாழ்கிற அணில் ஒன்று ஒவ்வொரு பழமாகத் திருடிச் சாப்பிட்டுக் கொண்டிருக்கிறது. அது போல..."

"...ஆன்லைன் ஃபிஷிங்கிலிருந்து டேட்டாவைக் காப்பாற்ற இத்தனை முயற்சிகள் செய்திருக்கீங்களே, உங்க சர்வரிலிருந்து லோக்கலா யாராவது திருட முயற்சி பண்ணலாம் இல்லையான்னு கேட்கப் போறீங்க, இல்லையா? அதாவது எங்க கம்பெனி எம்ப்ளாயி ஒருவரே!" என்றாள் மோக்லி.

"உங்க ஸ்டாஃப் நேர்மையானவங்களா இருக்கலாம். ஆனால் ஒரு ஐடி கம்பெனியில் ப்ரோகிராம்மர்கள் மாறிட்டே இருப்பாங்க. எந்த மரத்திலும் புல்லுருவி இருக்கலாம்" என்றாள் தர்ஷினி.

"இன்னும் நீங்க அந்த மரம் உதாரணத்தை விடலியா?" என்று சிரித்தாள் மோக்லி. "ஓகே! இங்கே ஸ்டாஃப் எந்த இன்ஃபர்மேஷனும் வெளியே லீக் பண்ணாம இருக்க ஸ்ட்ரிக்ட் கைட்லைன்ஸ் இருக்கு. எல்லோராலும் டேட்டாவைப் பார்க்க முடியாது. அவங்கவங்க எந்தப் பகுதி டேட்டாவில் வேலை செய்கிறார்களோ, அந்தச் சிறிய பகுதி மட்டும்தான் அவங்க பார்க்க முடியும். டேட்டாபேஸ் பல லெவல்கள், பலவிதமான பூட்டுகள் கொண்டது."

"சரி, உங்க ப்ரொகிராம்மிங்கைப் பாதுகாக்க..."

"அதை யார் திருடப் போறாங்க? எனிவே, அதற்கும் ஆக்ஸஸ் கண்ட்ரோல் இருக்கு. ப்ரோகிராம்மிங்கை எதில் காப்பி பண்ணிக் கொண்டுபோவாங்க? பென் ட்ரைவ், மெமரி கார்ட், ஸ்மார்ட்போன் எதுவுமே ஆஃபீஸ்க்குள்ளே கொண்டுவர முடியாது. எல்லா ஆன்லைன் சேமிப்பு சர்வர்கள் — ஒன் ட்ரைவ், கூகில் ட்ரைவ் எல்லாம் ப்ளாக்ட். இ-மெயில் எல்லாமே செக் பண்ணித்தான் வெளியே போகும். ஃபேஸ்புக், இன்ஸ்டாகிராம், ட்விட்டர் போன்ற எல்லா சோஷியல் சைட்டிற்கும் தரப்படும் தகவல்களும் ஸ்கேன் செய்யப்படுகின்றன. கோடிங் போலவோ டேட்டா போலவோ தெரிந்தால் உடனே தகவல் பரப்பு நிறுத்தப்படும். பயனாளரும் தடை செய்யப்படுவார்" என்று விளக்கினாள் மோக்லி.

"ஃபேஸ்புக், ட்விட்டர் எல்லாம் அனுமதிக்கப்படுகிறதா?" என்று கேட்டாள் தர்ஷினி.

"தொடர்ந்து ஒரு வாரம்கூடப் புரோகிராம்மர்ஸ் ஆஃபீஸிலேயே தங்கி வேலை செய்வது இங்கே சர்வ சாதாரணம். அவர்களுக்கு ஏதாவது சேஞ்ச் வேண்டாமா? சோஷியல் மீடியாவை அடிக்கடி பார்ப்பார்கள். ஆக்டிவ்வாக இருப்பதில்லை."

"உங்க பிக் ஃபோர் — அவங்களுக்கு ஏதேனும் தளர்வுகள் உண்டா?"

"தர்ஷினி, இங்கே மிஸ்டர் சாம்பசிவம்முக்கே எந்தத் தளர்வும் கிடையாது" என்றாள் மோக்லி காரமாக. "செக்யூரிட்டி என்பது ரொம்ப ஸென்ஸிட்டிவ் இஷ்யூ. இதில் நாங்க எப்போதுமே ரொம்பக் கேர்ஃபுல்" என்றாள்.

"கூல், கூல். சோஷியல் மீடியா அலவ் பண்ணியிருக்கீங்களேன்னு கேட்டேன், அவ்வளவுதான். அவங்களோட லிங்க் எங்க பத்திரிகையில் தரலாமேன்னு..."

"அவ்வளவு தூரம் ஆக்டிவ்வா யாருமே இல்லை. கம்பெனிக்குன்னு அஃபீஷியல் சோஷியல் மீடியா லிங்க்ஸ் இருக்கு."

"புரோகிராம்மர்கள் எந்த மீடியால அதிகமா ஆக்டிவ்வா இருக்-காங்க?"

"அநேகமா ட்விட்டர். ஃபேஸ்புக் உண்டு. மெஸ்ஸெஞ்சர் கிடை-யாது."

"பிக் ஃபோர் எதிலே ஆக்டிவ்? மிஸ்டர் சாம்பசிவம்?"

"சாம்பசிவம் சார் எதிலும் ஆக்டிவ் கிடையாது. உஷா சோஷியல் மீடியா பக்கமே போக மாட்டாங்க. சிவசு சார் ட்விட்டரில் ஆக்டிவ். சாய்குமார் சார் ஃபேஸ்புக்கில் எல்லா சாய்பாபா பக்தி பேஜ்களும் பார்ப்-பார்..."

"ஆதர்ஷ் எல்லா மீடியாலையும் ஆக்டிவ்வா இருப்பாரே?" என்று புன்னகையுடன் கேட்டாள் தர்ஷினி.

"யூ ஆர் ராங்" என்றாள் மோக்லி வெற்றிப் புன்னகையுடன். "ஆதர்ஷ் சார் எந்தச் சோஷியல் மீடியாலையும் ஆக்டிவ் கிடையாது, இன்ஸ்டாகிராம் தவிர! தினமும் காலையில் ஒரு படம் உருவாக்குவார். அதில் ஏதேனும் தன்னம்பிக்கை நிறைந்த வாசகம் இருக்கும். அதை டீமில் எல்லோருக்கும் அனுப்புவார். இன்ஸ்டாகிராமிலும் அப்லோட் செய்வார். அவ்வளவுதான்."

"அருமையான ஹாபி!" என்று வியந்தாள் தர்ஷினி.

"இருங்க, இன்றைக்கு அவர் அனுப்பிய படத்தைக் காட்டறேன்" என்று மௌஸை நகர்த்தினாள் மோக்லி. சில க்ளிக்குகளுக்குப் பின் அவள் முன்னிருந்த பெரிய திரையில் ஒரு படம் விரிந்தது.

அலைவீசும் கடல். கடல் நடுவே ஒரு கப்பல். தன் பாய்மரங்களை முழுவதுமாக விரித்துக் கொண்டு அலைகளுக்கு நடுவில் முழு வேகத்-தில் சென்றுகொண்டிருக்கிறது. அலைகளுக்கு நடுவில் ஒரு ஆங்கில வாசகம்:

A mighty storm is inconsequential when facing a mighty ship.

"சூப்பர்!" என்று மனதாரப் பாராட்டினாள் தர்ஷினி.

31

பகுதி 6

மணி ஆறை நெருங்கிக் கொண்டிருந்தது. சாம்பசிவம் தர்ஷினியின் கேபினுக்குள் எட்டிப் பார்த்தார். அவள் தன் டேப்லட்டில் ஸ்டைலஸைக் கொண்டு ஏதோ வேகமாக எழுதிக் கொண்டிருந்தாள்.

சாம்பசிவத்திற்கு மெலிதாகச் சிரிப்பு வந்தது. பாவம், குருவி தலையில் பனங்காயை வைத்ததுபோல் ஒரு கார்ப்பரேட் லெவல் பிரச்சனையை இந்தக் குருத்தின் தலையில் வைத்துவிட்டோமே!

தர்ஷினி நிமிர்ந்ததும் "என்ன ஸ்மார்ட் கேர்ள்? இன்றைக்கு வேலை முடிஞ்சதா? இல்லை இன்னும் இருக்கா?" என்று கேட்டார், நிச்சயம் அவள் இரவில் ஆஃபீஸில் தங்கித் துப்பறிய விரும்புவாள் என்று எண்ணிக் கொண்டு.

"ஓ! கிளம்பலாம் சார்" என்றாள் தர்ஷினி.

கார் பார்க்கிற்கு நடந்து போகும்போது "உன்னை வீட்டில் ட்ராப் பண்ணிடவா?" என்று கேட்டார் சாம்பசிவம்.

"எனக்கு உங்களோடு ஒரு அரைமணி நேரம் டிஸ்கஸ் பண்ணணும் சார், இன்றையா அப்சர்வேஷன்ஸ் பற்றி. இப்பவே பண்ணலாம்னா முதலில் உங்க வீட்டுக்கு வரேன். அல்லது நீங்க எப்போ வரச் சொன்னாலும் வரேன்" என்றாள் தர்ஷினி.

சாம்பசிவம் வியப்படைந்தார். "இப்பவே பேசலாம்" என்றார்.

சாம்பசிவத்தின் வீட்டுக்குப் பின்னால் இருந்த திறந்தவெளியில் ஓடுகளால் கூரை வேயப்பட்ட ஒரு திறந்த கூடம் இருந்தது. அங்கே பிரம்பு நாற்காலிகள் போடப்பட்டிருந்தன.

சாம்பசிவமும் தர்ஷினியும் அந்தக் கூடத்தில் அமர்ந்ததும் சூடான லெமன் டீயும் கை முறுக்கு, கமர்கட் போன்ற தென்னிந்திய பாரம்பரிய நொறுவைகளும் கொண்டுவந்து வைக்கப்பட்டது.

சற்றுநேரம் சாம்பசிவம் அங்கே வைக்கப்பட்டிருக்கும் நொறுவைகள் என்னென்ன, அவை தமிழகத்தின் எந்தப் பகுதியில் பிரசித்தி என்பதை-யெல்லாம் விளக்கினார்.

ஒரு மௌனம். லெமன் டீயை சிப் சிப்பாக அருந்தியவாறே தர்ஷினி பேச ஆரம்பித்தாள்.

"ஒரு திருட்டு. ஒரே ஒருநாள் நடக்கும் திருட்டல்ல, பலநாள் நடக்-கும் தகவல் திருட்டு. யார் என்று கண்டுபிடிக்கவே முடியாமல் மிகக் கெட்டிக்காரத்தனமாய்ச் செய்யப்படும் திருட்டு.

"என்றாலும் கம்பெனியில் சந்தேகம் தோன்றிவிட்டது. மீண்டும் மீண்-டும் அவர்கள் திட்டமிட்டிருந்த ஃபீச்சர்களும் அப்டேட்களும் சொல்லி-வைத்தாற் போன்று அவர்களுக்கு முன்னால் போட்டிக் கம்பெனியால் ரிலீஸ் செய்யப்பட்டதால், கம்பெனியிலிருந்து தகவல்கள் வெளியே போகின்றன என்று ஊர்ஜிதமாகத் தெரிந்தது. ஆனால் யார், எப்படி இந்தத் தங்கத் திருட்டை நடத்துகிறார்கள் என்பது தெரியவில்லை.

"அப்போதுதான் நாங்கள், ஐ மீன் நான் ஸீனுக்குள் வந்தேன். எல்லா கோடிங்குமே நான்கு பேர்களால் சரிபார்க்கப்படும் என்று தெரிந்-துகொண்டேன். டைம் மேனேஜ் பண்ணும் சாய்குமார், ப்ரோகிராமிங் லீட் உஷா, கோட் ஆடிட்டர் சிவசு, ப்ராஜக்ட் ஹெட் ஆதர்ஷ் ஆகியவர்-களே அவர்கள்.

"உங்களுக்கும் எனக்கும் ஆசுவாசம் தரும் ஒரு விஷயத்தை இப்-போதே சொல்லிவிடுகிறேன். சாய்குமாரை இந்த விவகாரத்தில் சம்பந்-தப்படுத்தும்படி எனக்கு ஒரு தகவலும் கிடைக்கவில்லை. அவருடைய சர்வீஸ், குணங்கள் ஆகியவற்றைப் பார்த்தபோது அவர் ஒரு திருட்டைச் செய்திருப்பார் என்று நம்பமுடியவில்லை. அதற்கான எந்த மோட்டிவ்வும் எனக்குக் கிடைக்கவில்லை."

சாம்பசிவம் ஒரு பெருமூச்சு விட்டார்.

"உஷா, சிவசு, ஆதர்ஷ்" என்றாள் தர்ஷினி. "உஷா தன் கணவனுக்கு ட்ரீட்மெண்ட்டுக்காகப் பணம் தேடி வருகிறார். சிவசு பணத்தாசை பிடித்தவர், பேராசைக்காரர். ஆதர்ஷ் பணக்காரன். அவனுக்குப் பணத்தின்மீது ஆசையோ, தேவையோ எதுவுமில்லை.

ஆனால் அவன் தன் வாழ்வையே சவாலாக நினைப்பவன். எதையும் செய்து காட்ட வேண்டும் என்ற வெறி உள்ளவன். இந்தத் திருட்டை யாரேனும் ஒரு சவாலாக அவன் முன் வைத்திருந்தால்..."

"மூன்று பேருக்குமே மோட்டிவ் இருக்குன்னு சொல்ல வரே" என்றார் சாம்பசிவம்.

"கரெக்ட். இவர்களைப் பற்றி நான் அறிந்துகொண்டதும், இவர்களின் வீட்டில், அக்கம்பக்கத்தாரிடம் என்று விசாரணையைத் தொடரலாம் என்று நினைத்தேன். போட்டிக் கம்பெனியாளர்கள் யாரையேனும் இவர்கள் எப்போதாவது சந்தித்தார்களா, இவர்களின் பண நிலைமை உயர்ந்திருக்கிறதா போன்ற விஷயங்களை விசாரித்து அறிவது கடினம். எப்படியும் இதையெல்லாம் செய்துதான் ஆகவேண்டும். என்றாலும் இன்று ஆஃபீஸுக்கு நான் வந்திருப்பதால் இங்கே கேட்டறிய வேண்டிய எல்லாவற்றையும் முதலில் முடித்துவிட்டு நாளை வெளியே விசாரணையைத் தொடங்கலாம் என்று முடிவுசெய்தேன்.

"நானும் என் பார்ட்னர் தன்யாவும் கேஸ்களைத் துப்பறியும்போது எப்போதாவது செல்லும் வழிதெரியாமல் குழம்பி நின்றால், தர்மா எங்களைக் கேஸின் முக்கியக் கேள்வியை விட்டுவிட்டு அதனோடு சேர்ந்த சிறிய கேள்விகளுக்குப் பதில் தேடச் சொல்வான். அதுபோல, இங்கே முக்கியக் கேள்வி 'யார் திருடன்?' என்பதுதான். அதில்தான் நாமெல்லோருமே கவனத்தைச் செலுத்தி வந்திருக்கிறோம். அதற்குப் பதிலாகத் 'திருட்டு எப்படி நடக்கிறது?' என்ற கேள்விக்கு இன்று மதியம் பதில் தேட ஆரம்பித்தேன்.

"உங்கள் ஸாஃப்ட்வேர் செக்யூரிட்டி டிபார்ட்மெண்ட் எனக்கு மிகவும் உதவியாக இருந்தது. அங்கே நான் தெரிந்துகொண்டது, 'யார்?' என்பதைவிட 'எப்படி?' என்பதுதான் மிக முக்கியமான கேள்வி என்பது! ஏனெனில் கோடிங்கை எதில் எடுத்துப் போவார்கள்? பென் ட்ரைவ் தடைசெய்யப் பட்டிருக்கிறது, ஆன்லைன் சர்வர்களில் வைக்க முடியாது, இ-மெயில்கள் ஸ்கேன் செய்யப்படுகின்றன.

"என்க்ரிப்ஷன் என்று சொல்லப்படும் உத்தி மூலமாக, கோடிங்கைப் புரியாத டெக்ஸ்டாக மாற்றி இமெயிலில் அனுப்பிவிட்டு, அதைப் பெறுபவர் டிக்ரிப்ட் செய்துகொள்ளும்படியாய் ஏதேனும் நடக்கிறதோ என்று பார்த்தேன். ஏன் இப்படி என்கிரிப்ட் செய்த டெக்ஸ்ட் அடிக்கடி அனுப்பப்படுகிறது, பெறுனர் யார் போன்ற கேள்விகள் எழுந்தால் அனுப்புனர்

நிச்சயம் மாட்டிக் கொள்வார்.

"யாருக்கும் தெரியாமல் பென் ட்ரைவ் கொண்டுவரப்பட்டிருக்கலாமோ என்பது அடுத்த யோசனை. ஆனால் உங்கள் கம்பெனி வாயிலிலேயே கடுமையான செக்கிங் நடக்கிறது. எலக்ட்ரானிக் பொருட்கள் இருந்தால் சென்சார்கள் அலறிவிடுகின்றன. செக்யுரிட்டிகள் மாறிக் கொண்டே இருக்கிறார்கள். அவர்களைக் கைக்குள் போட்டுக் கொள்ள வாய்ப்பே இல்லை."

"இதுவரை நாங்களே தெரிந்து கொண்டுவிட்டோம்" என்றார் சாம்பசிவம்.

"உங்களுக்குத் தெரியாத விஷயங்கள் இனிதான் ஆரம்பம்!" என்றாள் தர்ஷினி.

"என்ன? எப்படின்னு கண்டுபிடிச்சுட்டியா?" என்று கூவினார் சாம்பசிவம்.

"ஒரு ஷ்ரூட் கெஸ்" என்று தர்ஷினி கூறியதும் சாம்பசிவத்தின் முகம் சுருங்கியது. தர்ஷினி அதைக் கண்டுகொள்ளாமல் மேலும் பேச ஆரம்பித்தாள். "கம்பெனியில் ஆக்ஸஸ் கொடுத்திருக்கும் ஒரே விஷயம் சோஷியல் மீடியா. அதன்மூலம் கோடிங்கை எப்படி அனுப்புவது? ஒரே ஆளுக்குச் சென்று சேரும் வழி அல்லவே அது? உலகம் முழுவதும் பார்க்கும் விஷயமாயிற்றே!"

சாம்பசிவம் தர்ஷினியை உற்றுப் பார்த்தார்.

தர்ஷினி தொடர்ந்தாள். "உஷா சோஷியல் மீடியாவில் ஆக்டிவ் அல்ல. சிவசு ட்விட்டர். சாய்குமார் ஃபேஸ்புக். ஆதர்ஷ் இன்ஸ்டாகிராம். இவற்றின்மூலம் எந்தப் பெரிய டெக்ஸ்டும் ஒருவருக்கு யாரும் அறியாமல் பகிர முடியாது.

"சரி, யாரேனும் ஏதாவது பகிர்கிறார்களா என்ற கேள்விக்குப் பதில் — ஆதர்ஷ் தினமும் இன்ஸ்டாகிராம் மூலம் ஒரு படம் பகிர்கிறார்!"

"அது மோட்டிவேஷன் மெசேஜ். எனக்குக்கூட வருகிறதே" என்றார் சாம்பசிவம்.

"அது படம் அல்ல சார், அதுதான் கோடிங்!"

"என்ன பேத்தறே? கோடிங் என்பது டெக்ஸ்ட் — எழுத்துகளால் ஆனது. படம் என்பது வண்ணங்களால் ஆனது!"

"ஸ்டெகனோகிராஃபி!" என்று அழுத்தம்திருத்தமாய்ச் சொன்னாள் தர்ஷினி. சாம்பசிவம் திடுக்கிட்டார்.

"ஸ்டெகனோகிராஃபி என்பது எழுத்துகளையும் படத்தின் பிக்ஸல் டேட்டாவையும் ஒன்று சேர்க்கும் ஒரு டெக்னிக். ஒரு மெசேஜை இந்த டெக்னிக் மூலம் ஒரு படத்தோடு இணைத்தாலும் பார்ப்பவர்களுக்குப் படத்தில் பெரிதாக எந்த மாறுதலும் தெரியாது. அதே படம் போலவே காட்சியளிக்கும். அதனை அதே ஸ்டெகனோகிராஃபி ஆப்பில் செலுத்தி டெக்ஸ்ட், படம் இரண்டையும் பிரித்துவிடலாம்.

"ஆதர்ஷின் கெட்டிக்காரத்தனத்தைப் பாருங்கள். அவன் லீக் செய்ய விரும்பும் கோடிங் அவன் மேஜைக்கு வந்ததும் அதனை அன்றைக்கு அவன் அனுப்பும் மோட்டிவேஷன் படத்தோடு இணைத்து இன்ஸ்டா-கிராமில் போட்டுவிடுவான். அதைப் போட்டிக் கம்பெனிக்காரர் டவுன்-லோட் செய்து, அதே ஸாஃப்ட்வேரில் செலுத்திக் கோடிங்கைப் பிரித்து எடுத்துப் பயன்படுத்திக் கொள்வார். அவருக்கு நேரடியாக அனுப்பாத காரணத்தால், யார் அது என்றுகூட நம்மால் கண்டுபிடிக்க முடியாது! அந்தப் படங்களைத் தினமும் பார்ப்பவர்கள் அவனை வாழ்த்துவார்கள், நல்ல தகவல்களைத் தினமும் அனுப்புகிறான் என்று! அதில் கோடிங் கலந்திருப்பது யாருக்குத் தெரியும்?"

தர்ஷினி நிறுத்தினாள். சாம்பசிவம் மீண்டும் பெருமூச்செறிந்தார். "இது உனக்கு எப்படித் தெரிந்தது?"

"எலிமினேஷன். படிப்பும் கைகொடுத்தது. ஒரு வழக்கைத் துப்பறியத் தன்யா ஏற்படுத்திய ஸ்ட்ரக்சர். அதோடு..." சற்று நிறுத்தினாள் தர்-ஷினி. "அவன் கற்றுக் கொடுத்த விஷயங்கள்தான் காரணம். எல்லாப் பெருமைகளையும் எங்களுக்கு விட்டுவிட்டுப் பின்னால் நிற்கும் அந்த அற்புதமான மனிதனின் ஆதரவுதான் காரணம். தர்மாதான் காரணம்!" என்று உணர்வு பொங்கச் சொன்னாள்.

"சார், குற்றவாளி, குற்றம் நடக்கும் விதம் எல்லாமே என் ஊகங்கள்-தான். ஆனால் இப்படித்தான் நடக்கிறது என்று நிச்சயமாகவே சொல்ல முடியும். நீங்கள் ஆதர்ஷின் ஸிஸ்டத்தைச் சோதனை செய்து பாருங்-கள். அதில் ஸ்டெகனோகிராஃபி சாஃப்ட்வேர் நிச்சயம் இருக்கும்" என்று முடித்தாள் தர்ஷினி.

32

பகுதி 7

மறுநாள் மாலை.

சாம்பசிவம் நேரடியாகத் தன் வீட்டுக்கே வருவதாகக் கால் பண்ணியதும் ராமபத்ரனுக்குக் கையும் ஓடவில்லை, காலும் ஓடவில்லை.

பரபரவென்று அவரை வரவேற்க ஏற்பாடுகள் செய்தார். நடுநடுவே "என்ன பண்ணித் தொலைச்சே? அவரை ஏதானும் கோபப்படுத்திட்டியா?" என்று தர்ஷினியை வைதார். தர்ஷினி மௌனமாக நின்றாள்.

குறித்த நேரத்திற்குச் சாம்பசிவம் வந்துவிட்டார். ராமபத்ரனோடு கைகுலுக்கிவிட்டு அமர்ந்தார். தர்ஷினியிடம் மௌனமாக ஒரு கவரை நீட்டினார்.

"சார் இது..." என்றார் ராமபத்ரன்.

"ப்ளாங்க் செக்! உங்க மகளை அவ வேலைக்குத் தகுந்த ஃபீஸ் தொகையை நிரப்பிக்கச் சொல்லுங்க. மிஸ்டர் ராமபத்ரன்! உங்க மகள் மாஸ்டர் டிடெக்டிவ்யா! ஒரேநாளில் ஒரு சிக்கலான வழக்கை ஸால்வ் பண்ணிட்டா! அவளைக் கல்யாணம் பண்ணிக்கப் போற பையன் பெருமைப்படணும், இப்படிப்பட்ட கெட்டிக்காரி தனக்கு மனைவியா வரதுக்கு! அப்படிப் பெருமைப்படலேன்னா அவனுக்கு இவளைக் கட்டிக்கற தகுதியில்லைன்னு அர்த்தம்!" என்றார் சாம்பசிவம்.

இதனைச் சற்றும் எதிர்பாராத ராமபத்ரன் திக்பிரமித்து நின்றார். "வாங்கிக்கோ, மிஸ் ஷெர்லக் ஹோம்ஸ்" என்றார் சாம்பசிவம்.

தர்ஷினி ஒரே கணம் தயங்கினாள். பிறகு "சார்! இது எனக்கு வேண்டாம். எங்க ஏஜன்சியிலிருந்து உங்களுக்கு ஐடமைஸ்ட் பில்

வரும். அதைச் செலுத்துங்க, போதும். அநேகமா எங்க பாஸ் அந்தத் தொகையை மிஸஸ் உஷாவுக்கு அனுப்புமாறு கேட்டுப்பார்னு நினைக்கறேன்" என்றாள்.

"செஞ்சாலும் செய்வான். பேருக்கேற்ற மாதிரி தர்மசீலன் என் அண்ணா பிள்ளை. அவன் நல்லா பார்த்துப்பான்னுதானே நானும் அண்ணாவும் எங்க பெண்களை அவன் பொறுப்பில் விட்டிருக்கோம்" என்றார் ராமபத்ரன் பெருமையாக.

(முற்றும்)

ஆவிவந்த ◌ஃப்ளாட்!

33

பகுதி 1

"தன்யா, தர்ஷினின்னு..." என்று கேட்டுக் கொண்டு வந்தவரை உற்றுப் பார்த்தான் மந்திரம்.

சென்னைவாசிதான். ஆனால் சற்று நாட்டுப்புறம் போன்ற தோற்றம். வேட்டி, ஜிப்பா. மேலே ஒரு துண்டை வீசியிருந்தார். கழுத்திலும் விரல்களிலும் மின்னியது தவிர, கண்ணாடியிலும் வாட்சிலும்கூடத் தங்கம் இடம்பெற்றிருந்ததோ என்று சந்தேகம் வந்தது. நடுத்தர வயதுடையவர்போல் தெரிந்தார்.

"உட்காருங்க. மேடம்ங்க இப்போ வந்திருவாங்க" என்றான் மந்திரம்.

"நீ இங்கே வேலை பார்க்கிறியா?" என்று தேவையில்லாமல் கேட்டார் அவர்.

"ஆமா. ஆஃபீஸ் பாய்."

"ஏம்ப்பா! இந்தப் பொண்ணுங்க எப்படி, நல்லா துப்பறிவாங்களா?" என்று விசாரித்தார் அவர்.

"அதனாலதானே துப்பறியும் நிறுவனம் வெச்சிருக்காங்க?" என்றான் மந்திரம் ரோஷமாக.

"நிறுவனம் வெச்சிட்டா சரியா போச்சா? வர்ற வழக்கெல்லாம் நல்லா கண்டுபிடிப்பாங்களா? இங்கே வரவங்கள்ளாம் திருப்தியா போறாங்களா?"

"ஏன் போகாம? எத்தனையோ பேர் இவங்க கால்ல விழுந்து நன்றி தெரிவிச்சிருக்காங்க... நானே கண்ணால பார்த்திருக்கேன்."

"அவங்க அண்ணனுக்கு அவ்வளவா துப்பறிய வராதோ?"

"தா பாருங்க, உங்களுக்கு நம்பிக்கை இருந்தா இங்க கேஸ் குடுங்க, இல்ல போய்க்கிட்டே இருங்க. எங்க சாரைப் பற்றித் தப்பா பேசறதெல்லாம் வேணாம். என்ன தெரியும் உங்களுக்கு அவரைப் பத்தி? தங்கம்யா அவரு. பேருக்கேத்த மாதிரித் தருமர்தான் அவரு. அவரைப் பற்றித் தாறுமாறா..."

"அட என்ன தம்பி கோச்சுக்கற? ஏதோ என் கவலை, அதை இவங்க தீர்ப்பாங்களான்னு தெரிஞ்சுக்கத்தானே... இந்தா இதை வெச்சுக்க" என்று ஐம்பது ரூபாய் நோட்டை நீட்டினார்.

"இல்லை, வேணாங்க" என்றான் மந்திரம் விறைப்பாக.

"அட, பிடிப்பா" என்று அவர் நீட்டிக் கொண்டிருக்கையிலேயே வெளியே காலடிச் சத்தம் கேட்டது. அவர் பணத்தை உள்ளே வைத்துவிட்டு எழுந்து நின்றார்.

இரு பெண்கள். பளீரென்று இரட்டை வானவில் தோன்றியதுபோல் பிரகாசமாகப் பிரசன்னமானார்கள்.

"வணக்கம்மா, நான்..."

"கேஸ் விஷயமா வந்திருக்கீங்களா?" என்று இடைமறித்தாள் அவர்களில் ஒருத்தி.

"ஆமா..."

"அப்போ உள்ளே போய்ப் பேசலாம். மந்திரம், நாங்க பெல்லடிச்சப்புறம் அவங்களை அனுப்புங்க" என்று சொல்லிவிட்டு இருவரும் உள்ளறைக்குப் போனார்கள்.

"என்ன, உள்ள போகப்போறீங்களா எப்படி?" என்று மந்திரம் கேட்க, வந்திருந்தவர் முகத்தில் அசடு வழிந்தது.

34

பகுதி 2

இனிமையான இசையாக மணி ஒலித்தது.

மந்திரத்தைத் தொடர்ந்து உள்ளே நுழைந்தார் அவர்.

அங்கே நடுநாயகமாக அமைந்திருந்த பெரிய மேஜை. இருபுறமும் சிறு மேஜைகள். சுழல் நாற்காலியில் அமர்ந்தபடி — தர்மா!

விறைப்பாக வந்தவர் "உட்காருங்க" என்ற வெகு இயல்பான குரலில் தளர்ந்தார். அமர்ந்தார். "வணக்கம் தம்பி."

"வணக்கம். முதலில் உங்களைப் பற்றிய விவரங்கள் சொல்லுங்க."

"என் பேரு ராஜேஷ் கண்ணா. மாம்பலத்தில் இருக்கேன்" என்றார்.

"ஓ மாம்பலமா! எனக்கு ரொம்பப் பிடிச்ச ஏரியா. சொல்லுங்க, மாம்பலத்தில் எங்கே இருக்கீங்க?"

அவர் அயோத்யா மண்டபத்திற்கு அருகிலுள்ள தெருக்களில் ஒன்றன் பெயரைச் சொன்னார்.

"ராஜேஷ் கண்ணா சார் இருக்கறது ஃப்ளாட்டா தனி வீடா?" என்ற கேள்வி அருகிலிருந்த சிறு மேஜையிலிருந்து எழுந்தது. அங்கே தர்ஷினி என்று பெயரைத் தாங்கிய பலகை காணப்பட்டது.

"ஃப்ளாட் தான் மேடம். இன் ஃபாக்ட், அதைப் பற்றித்தான் நான் பேச வந்தது" என்றார்.

"புரியலையே. ஏதாவது ரியல் எஸ்டேட் விவகாரமா?"

"இல்லை மேடம். எங்க ஃப்ளாட் கட்டிப் பத்து வருஷமாச்சு. அதோடு அந்தப் பில்டிங்கே எனக்குத்தான் சொந்தம். மற்ற எல்லோருமே வாடகைக்கு இருக்கறவங்கதான்" என்றார் ராஜேஷ் கண்ணா.

"அப்போ நீங்கதான் ரியல் எஸ்டேட்னு சொல்லுங்க" என்றாள் இன்னொரு சிறு மேஜையின்பின் அமர்ந்திருந்த பெண் — தன்யா, அவள் குறும்புக் கண்கள் பளிச்சிட.

"ஐயய்ய, நான் அதெல்லாம் இல்லீங்க" என்றார் ராஜேஷ் சற்று வெட்கி. "நான் விளக்கமாவே சொல்லிடறேனே."

"சொல்லுங்க. முதலில் உங்க ஃப்ளாட் பேரு..."

"ஜெயா அபார்ட்மெண்ட்ஸ். என் பார்யாள் பேரை வெச்சிருக்கேன்." மூவர் முகங்களிலும் மெலிதான சிரிப்பு அரும்புவதைக் கண்டுகொள்ளாதவர்போல் பேச ஆரம்பித்தார். "என் அப்பா என்னைச் சரியா படிக்க வெக்கல, நல்ல வேலையும் தேடித்தரல. ஆனா ரெண்டு விஷயம் அவர் உருப்படியா செஞ்சுட்டார். ஒண்ணு, என் வீட்டுக்காரி ஜெயலட்சுமியை எனக்குக் கல்யாணம் பண்ணி வெச்சது. ரெண்டு, மாம்பலம் ப்ரைம் ஏரியாவில் அந்தக்காலத்திலேயே வீடு வாங்கி, அதை என் பேரில் எந்த வில்லங்கமும் இல்லாம எழுதி வெச்சது.

"கல்யாணம் பண்ணிப் பதினைந்து வருஷம் ரொம்பக் கஷ்ட ஜீவனம்தான். பலர் என்னை வீட்டை வித்துடச் சொன்னாங்க. என் பூர்வீக வீடுன்றதால, மனசு வரல. பில்டர்ட்ட கொடுத்துட்டா, பணமும் ரெண்டு ஃப்ளாட்டும் தருவாங்கன்னாங்க. என்னவோ தயக்கம்... இந்தப் பூமியில் பெரும்பகுதி நம்ம கையை விட்டுப் போயிடுமேன்னு...

"பனிரெண்டு வருஷம் முன்னாடி, என் மாமனார் காலமாகிட்டார். என் மனைவி வகைக்குக் கொஞ்சம் பணம் வந்தது. அதை அவ அப்படியே என் கையில் கொடுத்து, ஏதாவது வியாபாரம் ஆரம்பிங்கன்னா" சற்று நிறுத்தினார்.

"அவ நினைச்சிருந்தா, அந்தப் பணத்தைத் தனியா பொண்ணுங்க கல்யாணத்திற்கு ஒதுக்கி வெச்சிருக்கலாம். என் மேல நம்பிக்கை வெச்சு அதைக் கொடுத்தா. ஆனா எனக்குத் தெரியும், எனக்கு இந்த வியாபாரத்திற்கெல்லாம் மூளை பத்தாதுன்னு. அவ பணத்தையும் நஷ்டம் பண்ணிடக் கூடாதேன்னு தவிச்சிட்டே இருந்தேன். அப்போதான் என் அத்தை பிள்ளை - அவன் ஒரு பில்டர் — ஒரு ஐடியா கொடுத்தான்.

"வீட்டை விற்க மனம் இல்லாட்டா, அதை இடிச்சு ஃப்ளாட்டுகளா கட்டி வாடகைக்கு விட்டுடலாம்னு சொன்னான். எனக்கு இது ஏனோ நல்ல ஐடியாவா தோணுச்சு. என் மனைவியோட பணத்தை அவனிடமே கொடுத்து, என் வீட்டை அப்பார்ட்மெண்ட்களா மாத்தினேன். எதையும்

விலைக்குக் கொடுக்காம, வாடகைக்கு மட்டும் கொடுத்தேன். நல்ல வருமானம் வந்தது. கவனிக்கறதும் சுலபமா இருந்தது. என் மூத்த பெண்ணைப் பெரிய இடத்தில் கட்டிக் கொடுத்துட்டேன். சின்னப் பொண்ணு படிக்கறா..."

கதை நன்றாக இருந்தாலும், இதில் ஒரு டிடக்டிவ்க்கு என்ன வேலை என்று சிந்தித்தார்கள் தர்மா, தன்யா, தர்ஷினி. அவர்கள் மனவோட்டத்தை உணர்ந்தவர்போல அவர் வேகமாகப் பேசலானார்.

"எங்க ஃப்ளாட்களில் நல்ல குடும்பங்களா பார்த்துத்தான் குடி வைக்கிறது. முதல்முறையா பேச்சிலர்களுக்குத் தங்க இடம் கொடுத்தேன், இரண்டு வருஷம் முன்னால. அவங்க எல்லோரும் ஒரே குடும்பத்தைச் சேர்ந்தவங்க. கஸின்ஸ். அதனாலே பரவாயில்லைன்னு கொடுத்தேன்..."

"மொத்தம் எத்தனைபேர் தங்கியிருந்தாங்க?" என்று கேட்டாள் தர்ஷினி.

"ஆறு பேர். சாம்பவி, மாதவி. ராம்குமார், ஸ்ரீகுமார். சங்கர், சித்ரா."

அவர் இரண்டிரண்டு பெயர்களாக நிறுத்தி நிறுத்திச் சொன்னதிலிருந்து அந்தந்த நபர்கள் உடன்பிறந்தவர்கள் என்று புரிந்தது.

"நல்ல பசங்க. சிலர் வேலை பார்க்கறாங்க. சிலர் படிக்கறாங்க. கும்பகோணம் பக்கம் ஏதோ கிராமம் சொந்த ஊரு. பெரிய பண்ணை. கூட ஒரு சமையற்காரப் பாட்டியும் தங்கியிருந்தாங்க. ஒரு பிக்கல் பிடுங்கல், கெட்ட பழக்கம், ராத்திரியில் வெகுநேரம் லைட் போடறது, பெரிசா டிவியை வைக்கறது, எதுவுமே கிடையாது."

"ஐடியல் டெனண்ட்ஸ்" என்றாள் தன்யா.

"ஆமாங்க. தங்கமான பிள்ளைங்க. என்னவோ தெரியல, எனக்கு அவங்க எல்லார் மேலும் ஒரு பாசம்... அதுவும் மூத்தது சாம்பவி இருக்குதுங்களே, அப்படி ஒரு அடக்கமான, அமைதியான பெண்ணை நான் பார்த்ததில்லீங்க. அது நம்ம பொண்ணா இருக்கக் கூடாதான்னே நான் ஏங்கியிருக்கேன்.

"திடீர்னு ஒருநாள், சாம்பவி தற்கொலை பண்ணிக்கிட்டுச் செத்துப் போயிட்டா!" என்றார் தேங்காய் உடைத்தாற்போல்.

இதனைச் சற்றும் எதிர்பார்த்திராத தர்மா, தன்யா, தர்ஷினிக்குத் தூக்கிவாரிப் போட்டது.

"என்ன சொல்றீங்க?" என்றாள் தன்யா.

"ஆமாம்மா. என் வீட்டில் வெச்சா இது நடக்கணும்? இது நல்லாருக்கா?" என்று பொருமினார் ராஜேஷ். "அப்புறம் அந்த வீட்டுக்கு ஒரு ஆள் குடிவரலை. மத்த வீட்டில் இருக்கறவங்களும் காலி பண்ண நினைக்கறாங்க."

"என்ன சார், மாம்பலத்திலா இப்படி இருக்குன்னு சொல்றீங்க? இருக்கற வீட்டுப் பஞ்சத்தில் இதையெல்லாம் யாரு பெரிசா நினைப்பாங்க?" என்றான் தர்மா ஆச்சரியமாக.

"அடப் போய்யா! இது வெறும் தற்கொலைக் கேஸா இருந்தா நீ சொல்றது சரி. அவ, அந்த சாம்பவி, இன்னும் என் வீட்டில் நடமாடறான்னா..."

நிமிர்ந்து உட்கார்ந்தாள் தன்யா. "ஓ! ஆவி கேஸா?" என்றாள் மெள்ளச் சிரித்து.

"ஆமா. ராத்திரியில் தானா லைட் எரியுது. பால்கனியில் ஆள் நிற்கறாப்பில் நிழல் விழுது, அப்பப்போ தடாபுடான்னு சப்தம்... குடிவந்த ஒரு குடும்பமும் பயந்து ரெண்டே நாள்ள காலிபண்ணிட்டாங்க. ஒரு ஐயரைக் கூப்பிட்டு அவர் சொன்ன சாந்தி ஹோமமெல்லாம் பண்ணினேன். என் மனைவி மேல வந்து சொல்றாப்பா சாம்பவி — 'என் மரணத்திற்குக் காரணமானவங்களைத் தண்டிக்காம இங்கேர்ந்து போகமாட்டேன்!' தண்டிக்கணும்னா அவங்க வீட்டுக்குப் போ! என் வீட்டில் வந்து, என் பொழப்பைக் கெடுத்து..." கோபத்தில் கொந்தளித்தார் ராஜேஷ் கண்ணா.

"விஷயம் புரியுது. ஆனா நீங்க யாராவது கேரள நம்பூதிரிகளைப் பாருங்க..."

"இப்போ என்னைக் கேரளாக்குப் போகச் சொல்றீங்களா? அதுவும் கொரோனா காலத்துல! நீங்கதான் அங்கே போய் ஏதோ *பேயெல்லாம் அடக்கிருக்கீங்களாமே. சென்னங்கோட்டுப் பங்களான்னு..."

பார்க்க — நாக மேகலை

தர்மா ஏதோ சொல்ல முயன்றான். அவனைக் கையசைவால் அடக்கிவிட்டு ராஜேஷே தொடர்ந்தார். "இந்தாங்க, உங்களை ஒண்ணும் பேயோட்டக் கூப்பிடலை நான்! அந்தப் பெண்ணோட மரணத்திற்கு யார் காரணம்னு கண்டுபிடிச்சுக் கொடுங்க! அப்படிச் செஞ்சாலே அதோட ஆத்மா சாந்தியடைஞ்சிடும், என் வீட்டை விட்டும் போயிடும். கண்டுபிடிச்சுத் தரீங்களா?"

உடனே "ஓகே" என்றாள் தன்யா, முகத்திலிருந்த புன்னகை மாறாமல்.

"அட்ரஸ் கொடுங்க. நாங்க அந்த வீட்டில்தான் தங்க வேண்டியிருக்கும். அது உங்களுக்கு ஓகேதானே?" என்று கேட்டாள் தர்ஷினி.

"உங்களுக்குப் பயமில்லைன்னா, எனக்கு என்ன பிரச்சனை? பேய் இருக்கற வீடு அது..."

"அது பாட்டுக்கு அது, நாங்க பாட்டுக்கு நாங்க" என்று முடித்தான் தர்மா.

35

பகுதி 3

ஜெயா அபார்ட்மெண்ட்ஸில் குடியிருக்கும் எல்லோருக்கும் ஒரே ஆச்சரியம்!

"என்ன, ரெண்டாம் மாடி ஃப்ளாட்க்கு யாரோ குடிவந்திருக்காளாமே!"

"மறுபடி பேச்சிலர்ஸா பார்த்துக் குடிவெச்சிருக்கார் ராஜேஷ்!"

"அவர்தான் வீட்டுக்காரர், குடி வரவனுக்கு எங்கே போச்சு புத்தி? ரெண்டு பெண்குழந்தைகளைக் கூட்டிட்டு வந்திருக்கான்!"

"என்னவோ, இவங்க வந்து நாலு நாளாச்சு! எந்தப் பேயும் இவங்களை ஒண்ணும் பண்ணல. இப்படின்னு தெரிஞ்சிருந்தா நான் இந்த வீட்டை என் ஷட்டகனுக்குப் பார்த்திருப்பேன். பாவம், நல்ல வீடு கிடைக்காம கஷ்டப்படறான்!"

அன்று ஞாயிற்றுக்கிழமை. ஃப்ளாட்டின் காமன் ஹாலில் மாமிகள் கூடிப் பேசிக் கொண்டிருக்கையில், அவர்களை நெருங்கினாள் தன்யா.

"இந்தாங்கோ மாமி, பிரசாதம் எடுத்துக்கோங்கோ" என்றாள்.

"உனக்கு எந்த ஊருடீ குழந்தை?" என்று விசாரித்தாள் ஒரு மாமி.

"கோயமுத்தூர், மாமி! இங்கே அண்ணா ப்ரஸ் வெச்சிருக்கான்" என்றாள் தன்யா.

"உன் அக்காவோ தங்கையோ, அவள் எங்கே?"

"சமையலைப் பார்த்துக்கறா, மாமி. அண்ணா இன்னிக்கும் வேலை இருக்குன்னு ஆஃபீஸ் கிளம்பிண்டிருக்கான். நான் நல்ல வீடா கிடைக்கட்டும்னு இங்கே சத்யநாராயணருக்கு வேண்டிண்டிருந்தேன். அதான்

போயிட்டு வந்துட்டேன்."

"அடடா! அவளும் வந்திருக்கலாமே. இங்க நம்ம காம்பவுண்ட்லயே ஜெயா டிஃபன் செண்டர்னு இருக்கு. ஓனராத்து மாமியே வெச்சிருக்கா. அங்கே டிஃபன் வாங்கிண்டு, மத்தியானத்துக்கு சமையல் பண்ணிக்கலாமே. முன்னாடி நீங்க இருந்த ஆத்தில் குடியிருந்தவா தினமுமே அப்படித்தான் பண்ணுவா!"

"அவாதான்... வந்து... தற்கொலை..." என்று இழுத்தாள் தன்யா.

"ஆமாண்டி. தங்கமான பொண்ணு. சாம்பவின்னு பேரு. உன்னாட்டம்தான் உயரமா, கலரா இருப்பள். பாவம்டி, அப்பாவிப் பொண்ணு. அவளை அந்த வினோத் ஏமாத்திருக்காட்டா, இன்னிக்கெல்லாம்..."

"யார் மாமி வினோத்?"

"வினோத்தைத் தெரியாதா? வினோத் கண்ணா. ராஜேஷ் கண்ணா சாரோட மகன்!"

படபடவென்று காலடிச் சத்தம் கேட்டது.

"யாரு அங்கே? மானம் இருட்டிண்டு வரது. ஹாலில் எல்லா லைட்டையும் போடுங்கோ" என்று உத்தரவிட்டாள் ஒரு மாமி.

விளக்குகள் போடப்பட்டன. காலடிச் சத்தம் கேட்ட ஓரத்தில் காலடிச் சுவடுகள்... ரத்தத்தில்!

******

"என்னது!" என்று வியந்தாள் தர்ஷினி. "தனக்கு ஒரு மகன் இருக்கறதா ராஜேஷ் சார் சொல்லவே இல்லையே! தன்னோட ரெண்டு மகள்களைப் பற்றித்தானே சொன்னார்!"

"அவனால்தான் சாம்பவி தற்கொலை பண்ணிக்கிட்டதா மாமிகள் சொல்றாங்க!"

"அப்படி இருந்தா, ராஜேஷ் சார் இதைக் கண்டுபிடிக்கச் சொல்லி நம்மகிட்ட வருவாரா?" என்று கேட்டாள் தன்யா.

"பாயிண்ட். இருந்தாலும் இதைப் பற்றி ராஜேஷ் சார்கிட்ட விசாரிச்சுடணும்" என்று தர்ஷினி கூறிக் கொண்டிருக்கையிலேயே அலுவலகம் செல்லத் தயாராக ஹாலுக்கு வந்தான் தர்மா. "என்ன டிஃபன்?" என்றான்.

"இட்லி, ரவா தோசை, கச்சோரி, சனா க்ரேவி, பருப்பு வடை" என்றாள் தர்ஷினி.

"வாவ்!" என்றார்கள் தன்யாவும் தர்மாவும். "இத்தனை ஐடம் ரெடி பண்ணிட்டயா?"

"ஓ யெஸ். ஆனா நான் சமைச்சது இட்லி மட்டும்தான்!'

"அப்போ... மத்ததெல்லாம்?"

"ஜெயா டிஃபன் செண்டர்!" என்று சிரித்தாள் தர்ஷினி.

எல்லோரும் சாப்பிட அமர்ந்தபோது தர்ஷினி "எல்லாம் இருக்கு, பருப்பு வடையைக் காணோமே! இருங்க எடுத்துட்டு வரேன்" என்று உள்ளே போனவள் பெரிதாகக் கத்திவிட்டாள்.

சமையலறைக்குள் விரைந்தார்கள் தர்மாவும் தன்யாவும்.

அங்கே, யாரோ பிய்த்துப் போட்டதுபோல் வடைகள் சிதறிக் கிடக்க, சுற்றிலும் ஒரே ரத்தத் துளிகள்.

36

பகுதி 4

"உட்காருங்க. என்ன மேடம், டிஃபன் வாங்கிட்டுப் போனீங்களே?" என்றான் அவன்.

அவன்: சர்வர். இடம்: ஜெயா டிஃபன் செண்டர்.

"ஆமா, கொட்டிப் போச்சு" என்றாள் தர்ஷினி சுருக்கமாக.

அவன் மேலும் கேட்பதற்குள் தர்மா "ராஜேஷ் சார் இல்லையா?" என்றான்.

"அவரு இங்க வரமாட்டாருங்க. இது முழுக்க அம்மாதான் பார்த்துக்கறது. பொண்ணுங்க சிலசமயம் கேஷ்ல உட்காருவாங்க. சாரைப் பார்க்கணும்னா, அவர் சாயந்திரத்துக்கு மேலதான் டீ சாப்பிட..."

"வினோத் இங்க இருக்கானா? என் ஃப்ரெண்ட்தான் அவன்" என்று இடைமறித்தான் தர்மா.

"அவுரு எங்க இங்க இருக்காரு? அவரைத்தான் ஹைதராபாத்துக்கு அனுப்பியாச்சே!"

"என்ன திடீர்னு? வேலை ஏதேனும்..."

"ஆமா, அப்படித்தான் சொன்னாங்க" என்று சற்று ஒதுங்கிக் கொண்டான், இன்னொரு சர்வர் ரவா தோசைகளைப் பரிமாறுவதற்காக.

சிறிது மௌனம்.

"சாம்பார் விடுங்க" என்றான் தர்மா. பேசிய சர்வரே சாம்பார் ஊற்றினான்.

"அவன் நம்பர் இருக்கா? நான் பண்ணிப் பண்ணிப் பார்த்தேன், எடுக்கல. நம்பர் ஏதாவது மாறியிருக்கா?" என்று பேச்சைத் தொடர்ந்-

தான் தர்மா.

"மாத்திட்டாரோ என்னவோ. இந்தாங்க, வினோத்தைப் பற்றி ரொம்-பக் கிளறாதீங்க. அவன் தலைமறைவா போயிட்டான்னு நினைக்கறேன். சாம்..." என்று ஆரம்பித்தவன் யாரோ உள்ளே வருவதைக் கண்டதும் "சாம்பார் ஊத்தவா சார்?" என்றான்.

37

பகுதி 5

கார் நங்கநல்லூரை நெருங்கியிருந்தது. ஒரு பைக்காரன் குறுக்கே வந்து கையை ஆட்டிக் காரை நிறுத்த வற்புறுத்தினான்.

சைகையால் அவனை அமைதிப்படுத்திவிட்டுக் காரை ஓரமாக நிறுத்தினான் தர்மா.

"வினோத் எங்கே?" என்றான் பைக், எந்த முன்னுரையும் இல்லாமல்.

"அதை ரோட்டில்தான் பேசப்போறீங்களா ஸ்ரீகுமார்?" என்றாள் தன்யா அமைதியாக.

பைக் தடுமாறிக் கீழே விழப் போனது. சுதாரித்தவன் "என்னைப் பற்றி..."

"எல்லாமே தெரியும். கொஞ்சம் இறங்கிக் காருக்கு வரீங்களா?"

"சாரி, நீங்க யார் போலீசா?" என்றான் காரில் அமர்ந்ததும்.

"நாங்க யார்ங்கறது இருக்கட்டும். நாங்களும் வினோத்தைத் தேடறவங்க என்றவரை நீங்க தெரிஞ்சுக்கிட்டா போதும். சொல்லுங்க, உங்க கஸின்ஸ் எல்லோரும் ஊருக்குப் போயிட்டாங்க. நீங்க ஏன் இங்கயே சுற்றிட்டிருக்கீங்க?" என்று கேட்டாள் தன்யா.

"வினோத்தைக் கண்டுபிடிக்கத்தான்" என்று ஒப்புக்கொண்டான் ஸ்ரீகுமார். சிறிதுநேரம் அமைதியாக இருந்தான். பிறகு "சாம்பவியை நீங்க பார்த்ததில்லை. அவ தேவதை. ந்யூட்ரிஷன் அண்ட் டயடிக்ஸ் படிச்சுட்டு, இங்கே ஒரு ஹாஸ்பிடலில் வேலை பார்த்துக்கிட்டிருந்தா. நான் அங்கேயே சப்ளை மானேஜரா இருக்கேன். அவளைப் பார்த்தாலே

நோயாளிகளுக்கு உற்சாகமா இருக்கும். தனிப் பாசம் வரும்.

"அவ எனக்கு அக்காதான். ஆனா இங்கே இருந்த ரெண்டு வருஷத்தில், என்னை அம்மா மாதிரிப் பார்த்துக்கிட்டா. அவ இறந்ததும் நானும் மத்தவங்க மாதிரி ஊருக்குப் போயிருக்கலாம்தான். மனசு வரலை. அவனைக் கண்டுபிடிச்சுக் குத்திக் கொன்னாத்தான்..."

"விளக்கமா சொல்லுங்க" என்று இடைமறித்தாள் தன்யா.

அவளை முறைத்தான் ஸ்ரீகுமார். "உங்களுக்கென்ன இதில் வந்தது? அவனை அப்படியே அரெஸ்ட் பண்ணினாலும் ஜாமீன்ல வருவான். வழக்கு நிரூபிக்கப்படலைம்பாங்க. அப்படியே நிரூபிக்கப்பட்டாலும் கொஞ்சநாள் சிறையில்..."

"ப்ளீஸ், ஸ்ரீகுமார். வன்முறை, பழிவாங்குதல் எல்லாம் வேண்டாம். வினோத்துக்கும் சாம்பவியோட மரணத்திற்கும் என்ன சம்பந்தம்னு சொல்லுங்க" என்று குறுக்கிட்டான் தர்மா.

அவன் பேசியதில் எந்த உணர்ச்சியும் இல்லையாயினும் அவன் முகத்தைப் பார்த்ததுமே ஸ்ரீகுமார் அடங்கினான், அமைதியானான்.

"இந்த வயசில் எல்லோருக்கும் வர வியாதிதான் — லவ்! என் அக்காவைத் துரத்தித் துரத்தி லவ் பண்ணினான் வினோத். நாங்களே ரெண்டு மூணுதரம் அவனைத் தட்டி அனுப்பியிருக்கோம். எப்படியோ அவளை வலையில் சிக்க வெச்சுட்டான். அவன் அவ்வளவு நல்லவனில்லைன்னு எவ்வளவோ சொல்லிப் பார்த்தோம். என் மேல உயிரா இருக்கான், அவனைத் திருத்திடுவேன்னு எண்பதுகளின் தமிழ் சினிமா கதாநாயகி மாதிரிச் சொல்றா சார்" என்றான் தர்மாவிடம்.

"சரி, அவ்வளவு நம்பிக்கையா இருந்தவ ஏன் தற்கொலை பண்ணிக்கிட்டா?" என்றாள் தன்யா.

"தெரியலையே... எங்க யாருக்கும் தெரியலையே" என்று அழுகை முட்டும் குரலில் சொன்னான் ஸ்ரீகுமார்.

"வினோத் அவளை ஏமாற்றி..."

"அதுக்கெல்லாம் அவ தற்கொலை பண்ணிக்கறவ இல்லை மேடம். ரொம்பப் பாஸிட்டிவ்வான பொண்ணு அவ. முதலில் ஏதாவது பிரச்சனைன்னா என்னிடம் சொல்லாம இருக்கவே மாட்டா. அந்த ராஸ்கல்தான் அவளைக் கொன்னுருக்கணும்!"

"என்ன சொல்றீங்க? அவ சாவு தற்கொலைன்னு..."

"சார், அவ என்னிடமே ஒருதரம் சொல்லியிருக்கா- சாகறதுன்னு முடிவு பண்ணியாச்சுன்னா கஷ்டப்படக் கூடாது, அமைதியா ஸ்லீப்பிங் பில்லைப் போட்டுட்டுத் தூங்கிடணும்னு. அவ ஏன் சார் தூக்கில் தொங்கப் போறா? இவன்தான் செஞ்சிருக்கான் சார்! இல்லாட்டா அவன் ஏன் தலைமறைவா போறான்?"

"அன்றைக்கு நடந்த விஷயங்களை விளக்கமா சொல்ல முடியுமா?" என்றாள் தர்ஷினி, முதல் முறையாக வாய்திறந்து.

ஸ்ரீகுமார் அவள் பக்கம் திரும்பினான். "அன்றைக்கு சண்டே. எல்லோரும் வெளியே போறதுன்னு முடிவு பண்ணியிருந்தோம். திடீர்னு சாம்பவி வீட்டிலேயே இருக்கப் போறதா சொல்லிட்டா. எவ்வளவோ கூப்பிட்டுப் பார்த்தோம், தலைவலி அதிகமா இருக்குன்னு வர மறுத்துட்டா. வினோத் மெசேஜ் ஏதாவது கொடுத்தானான்னு தெரியல. அப்பப்போ மெலிதா சிரிச்சுக்கிட்டதை நான் மட்டும்தான் பார்த்தேன். வெளியே போயிட்டு வந்து பார்த்தா..." குரல் தொண்டையில் சிக்கிக் கொள்ள, நிறுத்தினான் ஸ்ரீகுமார்.

அவனே தொடர்ந்தான். "நீங்க யாரு, போலீசா என்னன்னு எனக்குத் தெரியாது. ஆனா கெஞ்சிக் கேட்டுக்கறேன், வினோத்தை எப்படியாவது கண்டுபிடிங்க. அவன் மேல இருக்கற குற்றத்தை நிரூபிங்க. அப்பதான் என் அக்கா ஆத்மா சாந்தியடையும்."

வேறு கேள்விகளுக்குக் காத்திருக்காமல், சரேலென்று காரைவிட்டு இறங்கி, பைக்கில் ஏறிக்கொண்டு பறந்துவிட்டான் ஸ்ரீகுமார்.

கனத்துப் போன மனதோடு அவனையே பார்த்துக் கொண்டிருந்தார்கள் மூவரும். அவன் கண்ணிலிருந்து மறைந்ததும் "நெக்ஸ்ட் டார்கெட் - ராஜேஷ் கண்ணா சார்" என்றாள் தன்யா.

38

பகுதி 6

"ஆமா, வினோத் என் பிள்ளைதான். அவனை இந்தச் சம்பவத்துக்கு முன்னடியே ஹைதராபாத்துக்கு அனுப்பினேன். அந்தத் தறுதலை வேற எங்கேயோ ஓடிப் போயிட்டான். அப்புறம் நான் அவனை என் பிள்ளைன்னே சொல்லிக்கறதில்லை. அவ்வளவுதான் மேட்டர்" என்றார் ராஜேஷ் கண்ணா சலிப்பாக.

"சாம்பவி..."

"அவங்க லவ் பண்ணினாங்கன்னு தெரியும். நானே அந்தப் பொண்ணைக் கூப்பிட்டு வார்ன் பண்ணியிருக்கேன், அந்தப் பயலோடப் பழகாதேன்னு. இருபத்தியெட்டு வயசு சார் — அதுக்குள்ள குடி, கண்ட கண்ட க்ளப்களுக்குப் போறது, ரௌடிப் பசங்க சகவாசம்..."

"ஆனாலும் சாம்பவி அவனை லவ் பண்ணியிருக்கா, இல்லையா?"

"என்ன லவ்வோ? யாரைக் காதலிக்கறதுன்னு அறிவு வேணாம்? ஆனா நான் எச்சரிச்சதுக்கு அப்புறம் அவ அவனைச் சந்திக்கறதைத் தவிர்த்தான்னு நினைக்கறேன். இந்தப் பய அப்புறம்தான் ஹைதராபாத்துக்குப் போக ஒத்துக்கிட்டான்..."

"அதனால சாம்பவி..."

"...தற்கொலை செய்துட்டிருப்பான்னு எனக்குத் தோணலைங்க. அந்தப் பொண்ணு ப்ராக்டிகலா யோசிக்க ஆரம்பிச்சுட்ட மாதிரித்தான் இருந்தது. இந்தப் பயலும் சீரியஸா லவ் பண்ணினானான்னு தெரியல. அவ தற்கொலை பண்ணிக்கிட்ட அன்னிக்கு முதல்நாளே ஊருக்குப் போயிட்டான்..."

பேச்சுக்கிடையில் ராஜேஷ் சிந்தனைவயப்படுவது தெரிந்தது. "அவங்க காதலை நான் பெரிசா எடுத்துக்கலை. அந்தப் பொண்ணு, இவன் ரெண்டுபேருமே இது நடக்காதுன்னு புரிஞ்சுக்கிட்ட மாதிரித்தான் எனக்குப் பட்டது..." என்றார். குரலில் லேசாகப் பயம் தெரிந்தது.

மூவரும் மௌனமாக வெளியே வந்தார்கள்.

"பிள்ளையைக் காப்பாத்தத்தான் நம்மைக் கூப்பிட்டிருப்பாரோ?" — தர்ஷினி.

"நாம ஒண்ணும் போலீஸ் இல்லையே, அதை வெளிப்படையா சொல்லலாமே! எதுக்கு மகன் ஒருத்தன் இருக்கறதையே நம்மகிட்ட மறைச்சு... அவன் அவ தற்கொலையில் சம்பந்தப்பட்டிருப்பானோ என்பதே இப்பதான் அவருக்குத் தோணின மாதிரி... நல்லா நடிக்கறார்!" பொறுமினாள் தன்யா.

தர்மா இல்லை என்பதுபோல் தலையை ஆட்டினான்.

தன்யாவும் தர்ஷினியும் அவனை வியப்புடன் பார்த்தார்கள். "அவர் நடிக்கல. அட் லீஸ்ட், இந்த விஷயத்தில் நடிக்கல" என்றான் தர்மா. "அதாவது... எனக்குத் தோன்றியது இது" என்று சேர்த்துக் கொண்டான்.

"உன் உள்ளுணர்வில் எனக்கு எப்போதுமே நம்பிக்கை உண்டு, தர்மா" என்றாள் தன்யா.

39

பகுதி 7

"யாருக்குக் கால் பண்ணின?" என்றான் தர்மா.

"மாதவி. சாம்பவியோட ஸிஸ்டர்" என்றாள் தன்யா. "அவ பொதுவா எல்லார் சொல்றதையுமே கன்ஃபர்ம் பண்றா..."

"என்ன இழுக்கற?"

"ஒரு சின்ன முரண்பாடு. அதை எப்படி எடுத்துக்கறதுன்னு தெரியல. பார்க்கலாம்" என்று சிந்தனையில் ஆழ்ந்த தன்யா, "ஹலோ ஃபோக்ஸ்" என்ற உற்சாகக் குரலில் கலைந்தாள். "ஹலோ போஸ்" என்றாள் அதே சுருதியில்.

சுவாதீனமாக சோபாவில் அமர்ந்த இன்ஸ்பெக்டர் போஸ் "என்ன, திடீர்னு மாம்பலம் வாசம்?" என்றான்.

"உனக்கு முன்கதைச் சுருக்கம் சொன்னாத்தான் புரியும்" என்று ஆரம்பித்துத் தர்மா விஷயம் முழுவதையும் சொல்லி முடிப்பதற்குள் தர்ஷினி ட்ரேயில் வைத்த கப்களில் டீயுடன் வந்து சேர்ந்தாள். அவளுக்குக் கண்களால் நன்றி சொல்லி ஒரு கப்பை எடுத்துக் கொண்டான் போஸ்.

"அந்த கப் யாருக்கு? தர்மா இப்போ டீ குடிக்க மாட்டானே? ஓ, ஆவிக்கா?" என்றான்.

"ஏன், நாங்க குடிக்க மாட்டோமா?" என்றாள் தன்யா.

"நான் பேய்னு சொன்னதே உன்னைத்தானே!" என்றான் போஸ் வேடிக்கையாக.

"போஸ்! உனக்குச் சகவாசம் சரியில்லை. இந்தத் தர்மாவோட சேர்ந்தா, இப்படித்தான் அவிச ஜோக்கா அடிக்கத் தோணும். போகட்டும், உன்னை எதுக்கு வரச் சொன்னோம், சொல்லு பார்க்கலாம்" என்றாள் தன்யா.

"நான் யூனிஃபார்ம் போடாம மஃப்டில வந்தா, நீ மரியாதையை வாபஸ் வாங்கிடுவியே! சொல்லு, மகாராணியார் இந்தச் சேகவகனை எதற்கு அழைத்தீர்கள்?". என்றான் போஸ்.

இந்த வேடிக்கையைப் புன்சிரிப்புடன் பார்த்துக் கொண்டிருந்தார்கள் தர்மாவும் தர்ஷினியும்.

"ஆமா, சுத்த முட்டாள் சேவகன். இதுகூடப் புரியலையா? வினோத் கண்ணாவைக் கண்டுபிடிச்சுக் கைது பண்ணு" என்றாள் தன்யா.

"சரி, ட்ரை பண்றேன்" என்றான் போஸ் சற்று யோசனைக்குப் பிறகு.

"வினோத் கன்னாவைக் கண்டுபிடி, வினோத் மெஹ்ராவைக் கண்டுபிடிங்க வேண்டியது. உடனே நான் என் பீட்டை விட்டுட்டு மும்பை, ஹைதராபாத், டெல்லின்னு அலையணும்! அடுத்துத் தர்மேந்திரா, ஜீதேந்திரா, அமிதாப் பச்சன் எல்லாரையும் கூப்பிடுவா சண்டிராணி! வந்து வாய்ச்சுதுங்களே எனக்குன்னு" என்ற போஸின் மைண்ட் வாய்ஸை நல்ல வேளையாக அங்கு யாரும் கேட்கவில்லை!

"இங்கே நடந்த தற்கொலை பற்றி உனக்கு என்ன தெரியும், போஸ்?" என்று அவன் சிந்தனைகளைக் கலைத்தான் தர்மா.

"ம். தலையில் ஏதோ காயம் பட்டிருக்கு. அது தூக்குப் போட்டுக்க முயலும்போது சுவற்றில் மோதியிருக்கலாம், அல்லது..."

"தலையில் அடிச்சு மயக்கப்படுத்தி வேறு ஒரு நபர் தூக்கில் மாட்டியிருக்கலாம்" என்றாள் தர்ஷினி.

"எக்ஸாக்ட்லி" என்றான் போஸ், தர்ஷினியை ஒரு பெருமைப் பார்வை பார்த்து.

டீயைக் குடித்து முடித்துவிட்டு எழுந்தவன் "இந்தக் கேஸில் இன்னொரு முக்கியமான விஷயம் எனக்குத் தெரியும், சொல்ல மறந்துட்டேன்" என்றான் மீண்டும் அமர்ந்து கொண்டு. எல்லோரும் அவன் வார்த்தைகளில் கவனமாக, தொடர்ந்தான். "இதை இன்வெஸ்டிகேட் பண்ணின இன்ஸ்பெக்டருக்கு ஒரு அனானிமஸ் கால் வந்தது. அதாவது, இந்தப் பொண்ணு தற்கொலை செய்துக்கிட்டதுக்குக் கொஞ்சம் முன்னாடி ஒருத்தன், அது வினோத்னுதான் சொன்ன மாதிரி இருந்தது,

அவ வீட்டுக்குள்ள போயிருக்கான். அதை அந்த ஃபோன் பார்ட்டி பார்த்தாங்களாம்."

எல்லோரும் இந்தச் செய்தியை ஜீரணிக்க முயலும்போதே போஸ் எழுந்தான். "இன் ஃபாக்ட், எனக்கு ஏன் அந்தப் போன் கால் விஷயம் நல்லா நினைவிருக்குன்னா, அந்தப் பொண்ணு வேலை செய்யற ஹாஸ்பிடல் மேல ஏற்கெனவே ஒரு என்கொயரி போய்க்கிட்டி-ருக்கு. அதில் சம்பந்தப்பட்டதுதான் இந்தக் கேஸும் என்ற ஐடியாவில் இன்ஸ்பெக்டர் முதலில் இன்வெஸ்டிகேஷனை ஆரம்பித்தார். ஆனா இந்தக் கால் வந்தபோது இதில் பர்சனல் பிரச்சனைகள் ஏதாவது இருக்-கான்னு பார்க்க ஆரம்பிச்சார்..."

"அப்போ போலீஸ் இதுக்குள்ள வினோத்தை அரெஸ்ட் பண்ணியி-ருக்கணுமே!" என்று குறுக்கிட்டாள் தன்யா.

"இல்லை தன்யா. வினோத் இந்தச் சம்பவம் நடந்த முதல் நாளே ஹைதராபாத்துக்குக் கிளம்பிட்டான் — ஃப்ரெண்ட்ஸோட காரில். அவனுக்கு அலிபி இருக்கு. அதான் வேறு திசைகளில் எல்லாம் தேடிப் பார்த்துட்டுத் தற்கொலைன்னு கேஸை மூடியிருக்கார். இதற்கிடையில் இந்த ஆவி மேட்டர் வேற..."

சமையலறையில் படபடவென்று பாத்திரங்கள் கொட்டின. எல்லோ-ருக்குமே தூக்கிவாரிப் போட்டது.

"ஆவிக்கு ஒரு கப் டீ கொடுத்திடுன்னு அதான் சொன்னேன்" என்-றான் போஸ், நடுக்கம் குறையாதவனாக.

"இதை நினைத்துக் கவலைப்பட வேண்டியதில்லை போஸ். ஆவி-யால் பேச முடியாது. இப்படித்தான் தன் உணர்ச்சிகளை வெளிக்காட்ட முடியும். அதனுடைய எண்ணம் நிறைவேறத்தானே நாம வேலை செய்-யறோம்" என்றான் தர்மா அமைதியாக.

"ஒருத்தர் உடம்பில் ஏறினா, ஆவி பேசலாம். அப்படித்தான் ராஜேஷ் கண்ணா மனைவி மேல ஏறிச்சுன்னாங்களே" என்றாள் தன்யா.

"சாம்பவியை நினைச்சா பயத்தைவிடப் பரிதாபந்தான் வரது. இப்பக்-கூட அது ஏதோ சொல்ல நினைக்கிறது. அது என்னவா இருக்கலாம்?" என்றாள் தர்ஷினி.

"நான் ஏற்கெனவே சொன்னதுதான் — வினோத்தைக் கண்டுபிடி! அவன் அலிபியில் ஏதாவது ஓட்டை இருக்கான்னு பாரு" என்றாள் தன்யா.

அலமாரியிலிருந்த புத்தகங்கள் விழுந்தன.

"பார், ஆவி நீ சொல்றதை ஒத்துக்கறது" என்றான் போஸ்.

"ஆவி சொல்றது இருக்கட்டும். நீ எல்லாத் திசையிலும் பாரு. உண்மையை ஆதாரத்தோட கண்டுபிடி. ஒரே திசையில் பார்க்கறது எப்போதுமே ஆபத்து. போஸ், வினோத்தைக் கண்டுபிடிக்க வேண்டியதுதான் ஃபர்ஸ்ட் ப்ரையாரிட்டி இப்போ" என்றான் தர்மா.

40

பகுதி 8

அடுத்த ஞாயிற்றுக்கிழமை.

காமன் ஹாலில் குடித்தனக்காரர்கள் கூடியிருந்தார்கள். ராஜேஷ் கண்ணா அவர்களுக்கு மத்தியில் தவிப்புடன் நின்றுகொண்டிருந்தார்.

"ராஜேஷ் சார், தயவுசெய்து நாங்க சொல்றதைப் புரிஞ்சுக்கோங்கோ. இது ஒண்ணும் பாழடைஞ்ச பங்களா இல்லை. பதினாறு குடித்தனக்காரங்க இருக்கற அப்பார்ட்மெண்ட். ஏதோ ஒரு ஃப்ளாட்டில் அசம்பாவிதம் நடந்துடுத்து, அதைக் கடந்து போக நாங்க தயாராத்தான் இருந்தோம். அப்புறம் ஆவி நடமாட்டம் ஆரம்பிச்சது, அதையும் பொறுத்துண்டோம். முதல்ல அந்த ஃப்ளாட்டுக்குள் மட்டும் நடமாடின ஆவி இப்போ காமன் ஏரியாக்கு வந்துடுத்து. இப்பவே நாங்க பயந்து நடுங்கிண்டுதான் இங்கே உட்கார்ந்திருக்கோம்.

"இன்றைக்கு முதன்முதலா ஆவி வீட்டுக்கு அடுத்த வீட்டில் — அதாவது என் வீட்டில், ப்ராப்ளம். சமையல் பண்ணினதெல்லாம் கொட்டி, ரத்தமெல்லாம்... நாங்க எல்லோருமே காலி பண்ணிடலாம்னு இருக்கோம். எங்களைத் தப்பா நினைக்காதேள்" என்றார் அவர்.

"அதுக்கு அவசியம் இல்லை சார்" என்றவாறே உள்ளே நுழைந்தாள் தன்யா. பின்னால் தர்மா, தர்ஷினி.

எல்லோரும் அவர்களையே பார்த்தனர். தன்யா அமர்ந்ததும் பேசியவரைப் பார்த்துக் கூறினாள் - "மிஸ்டர் பஞ்சாபகேசன், உங்க வீட்டில் சில அசம்பாவிதங்கள் நடந்துடுத்தாமே! நாங்க ரொம்ப வருத்தப்படறோம். இந்த மாதிரிச் சம்பவங்கள் நடக்காமத் தடுக்கணும்னுதான்

ராஜேஷ் சார் எங்களை வரச் சொல்லியிருக்கார்."

"நீங்க யாரு? உங்களை ஏன் ராஜேஷ் வரச் சொல்லணும்?" என்றார் பஞ்சாபகேசன் சந்தேகமாக.

தர்மா சதுரா துப்பறியும் நிறுவனம் பற்றி விளக்கினான்.

"துப்பறியறவா இப்போ ஆவியெல்லாம் அடக்கறாளா?" என்று பஞ்சாபகேசன் சிரிப்புடன் கேட்டார்.

"மிஸ்டர் பஞ்சாபகேசன், எங்களைப் பற்றிப் பேசறதுக்கு முன்னாடி ஒரு சின்னக் கேள்வி. இதுவரை ஆவியோட... இருப்பு... ஒரு வீட்டில்தான் உணரப்பட்டது. இப்போ உங்க வீட்டிலும் தெரிகிறதுன்னு சொல்றீங்க. ஆவிக்கு உங்கமேல் கோபம் இருப்பதற்கு ஏதாவது காரணம் இருக்கா?" என்றாள் தன்யா.

"என்ன... என்ன பேத்தறேள்? என்... என் மேல... ஆவி..."

"கஷ்டப்படாதீங்கோ. உங்கமேல கோபம்தான் இருக்கணும்னு இல்லை. நன்றி சொல்லக்கூட இப்படிப் பண்ணியிருக்கலாம். ஆவிகளால் இப்படித்தான் நம்மோடு தொடர்பு கொள்ள முடியும்."

சற்றே நிம்மதியான பஞ்சாபகேசன் "சரி. அப்படியே வெச்சுண்டாலும் எனக்கு அது நன்றி செலுத்தத்தான் என்ன காரணம் இருக்க முடியும்?" என்று கேட்டார்.

"என்ன சார் இப்படிக் கேட்கறேள்? எங்கேயோ போயிண்டிருந்த இந்தக் கேஸைத் திசைதிருப்பிச் சரியான பாதைக்குக் கொண்டுவந்ததே நீங்க தானே!"

எல்லோரும் திடுக்கென்று அதிர்ந்தார்கள்.

தன்யா எழுந்தாள். மெதுவாக உலவிக் கொண்டே பேசினாள். "சாம்பவி தற்கொலை பண்ணிண்டா. ஆனா அது ஏன்னு யாருக்குமே தெரியல. அவளோடு தங்கியிருந்த, அவ மேல் உயிரையே வெச்சிருந்த அவளோட தம்பி, தங்கைகளுக்கும் தெரியல. இது கொலையாகவும் இருக்கலாம்னு புரிஞ்சுண்ட இன்ஸ்பெக்டர் அவளோட பின்புலத்தை ஆராய்ந்தபோது, தற்போது ஏதோ சந்தேகத்தின்பேரில் விசாரிக்கப்படற ஒரு மருத்துவமனையில் சாம்பவி வேலை பார்த்துண்டிருந்தான்னு தெரிஞ்சு, அதை மேல கிளற ஆரம்பிக்கறார்.

"அப்போ அவருக்கு ஒரு அநாமதேயக் கால் வருது. அதாவது அன்றைக்கு யாரோ சாம்பவி வீட்டுக்குள் போனதாகவும், அது வினோத்தா இருக்கலாம்னும் சொல்லப்பட்டது. அப்போதுதான் வினோத்

என்ற ஒருவன் இந்தக் கேஸில் சம்பந்தப்பட்டிருக்கலாம்னு அவருக்குப் புரிஞ்சதே!"

பேசி நிறுத்திய தன்யா பஞ்சாபகேசன் பக்கம் திரும்பினாள். "அந்தக் கால் பண்ணினது நீங்கதானே சார்? ப்ளீஸ், இல்லைன்னு சொல்லிடா-தீங்கோ. நாங்க ட்ரேஸ் பண்ணிட்டோம்" என்றாள்.

பஞ்சாபகேசன் தலைகவிழ்ந்தார்.

"வினோத்தைப் பற்றி விசாரிச்ச இன்ஸ்பெக்டர், அவன் அதற்கு முதல்நாளே ஹைதராபாத் கிளம்பிட்டான்னும் அவனுக்குச் சம்பவம் நடந்த நேரம் அலிபி இருக்குன்னும் தெரிஞ்சுண்டார். ஆனால், அந்த அலிபியைக் கொடுத்தது அவனுடைய நண்பர்கள். அவங்க பொய் சொல்லியிருக்கலாம். இந்த எண்ணம், வினோத் ஹைதராபாத்தில் தற்-போது இல்லை, அவனை மொபைலில் தொடர்புகொள்ள முடியலை, எங்கோ தலைமறைவாகிட்டான்னதும் வலுவானது. அவனைப் போலீசால் ட்ரேஸ் பண்ண முடியலை. கேஸ் இப்போ க்ளோஸ் பண்ற நிலையில் இருக்கு.

"அப்போதான் ஆவி நடமாட்டம் ஆரம்பிச்சது. இந்தக் கேஸை அது மறுபடியும் ஆக்டிவ்வா ஆக்கியது. திரு ராஜேஷ் கண்ணா ஆவி இங்-கிருந்து வெளியேற்றப்படணும்னு நினைச்சு எங்களை உள்ளே கொண்-டுவந்தார். ஆனால் இந்தக் கேஸில் வினோத் சம்பந்தப்பட்டிருக்கான் என்ற விஷயம் அவருக்கே தெரியாது, இல்லையா சார்?"

இப்போது ராஜேஷ் கண்ணா தலைகவிழ்ந்தார். "ஏண்டா உங்களைக் கூப்பிட்டோம்னுகூட நினைச்சேன்" என்று ஒப்புக் கொண்டார்.

"இதற்கிடையில் எங்களோடு ஒருவர் தொடர்புகொண்டார். அவர்-தான் வினோத்தைப் பற்றியும் வினோத்துக்கும் சாம்பவிக்கும் இருக்கும் காதலைப் பற்றியும் எங்களுக்குத் தெளிவாகச் சொன்னார். அவர்... தன் அக்காவின் முடிவின் காரணத்தைத் தெரிந்து கொள்ள வேண்டும் என்-பதற்காக ஊருக்குப் போகாமல் இங்கேயே தங்கியிருக்கும் மிஸ்டர் ஸ்ரீகு-மார்."

ஸ்ரீகுமார் உள்ளே வந்தான். யாரையும் பார்க்காமல் ஒரு நாற்காலி-யில் அமர்ந்துகொண்டான்.

தொடர்ந்தாள் தன்யா. "சாம்பவி தற்கொலை நடந்த அன்று என்ன நடந்ததுன்னு அவர்தான் விளக்கமா சொன்னார். அவர் சொன்னதை முழுக்க முழுக்க ஒத்துண்டா மாதவி. மாதவி யாருன்னு சொல்லவேண்-

டியதில்லை — சாம்பவியோட ஸிஸ்டர்.

"ஆனா அன்று வினோத்தைச் சந்திக்கறதுக்காகத்தான் சாம்பவி அவுட்டிங் வர மறுத்தாங்கற விஷயம் மட்டும் மாதவிக்குத் தெரியல! அவ தனக்குள் அடிக்கடி சிரிச்சிண்டதையும் மாதவி பார்க்கல. அவளைப் பொறுத்தவரை வினோத்தைவிட்டு சாம்பவி ஒதுங்க ஆரம்பிச்சுட்டா.

"சாம்பவிக்கு மாதவியைவிட ஸ்ரீகுமார் மீது அன்பு அதிகம் என்பதால், ஸ்ரீகுமார் மட்டும்தான் இதைப் புரிஞ்சிண்டிருக்கார். வினோத் மீது சாம்பவிக்கு இருந்த... ஈர்ப்புன்னு சொல்லலாமா? அதை எதிர்த்தவர்களில் அவரும் ஒருவர். அப்போ அவன் ஊருக்குப் போயிட்டதா எல்லோரும் நம்பும்போது, சாம்பவி அவனைச் சந்திக்கப் போறான்னா, அவளைத் தனியா விட்டுட்டுப் போவாரா?

"இந்தக் கேள்வி என்னைக் குழப்பியது. மாதவிகிட்ட ஆழமா விசாரிச்சப்போ, ஸ்ரீகுமார் சாம்பவிக்கு ஏதாவது மாத்திரை வாங்கிக் கொடுத்துட்டு வந்து அவங்களோடச் சேர்ந்துக்கறதா சொல்லித் திரும்பிப் போனார்னு சொன்னா...

"நீங்க சாம்பவியைப் பார்த்தீங்களா ஸ்ரீகுமார்? என்ன நடந்தது?"

ஸ்ரீகுமார் நிமிர்ந்தான். ஒரு பெருமூச்சுடன் சொல்லலானான். "பார்த்தேன். அவ வினோத் அன்றைக்கு அவளைச் சந்திக்க வரப் போறதா ஒத்துக்கிட்டா. தயவுசெய்து நாங்க யாரும் அங்கே இருக்க வேண்டாம்னும் கேட்டுக்கிட்டா. அவனை எவ்வளவு மறக்க முயற்சி பண்ணினாலும், முடியலைன்னு அழுதா. அவளை விட்டுட்டுப் போயிட்ட ஒருத்தனுக்காக அவ இப்படி உருகறது தப்புன்னும் இன்னியோட இந்த விவகாரத்துக்கு முற்றுப்புள்ளி வெச்சுடுன்னும் உறுதியா சொல்லிட்டு, வாங்கின மாத்திரையையும் கொடுத்துட்டு வந்தேன்."

"இதை ஏன் நீங்க போலீஸில் சொல்லல, ஸ்ரீகுமார்?"

"பயம்தான் காரணம். சாம்பவியோட மரணம் கொலையா இருக்கலாம்னு போலீஸ்ல பேசிக்கிட்டாங்க. அதான்..."

"ரைட்" என்றாள் தன்யா. சில விநாடிகளுக்குப் பிறகு "ஸோ, இந்த விஷயத்தில் வினோத்துக்குச் சம்பந்தம் இருக்குங்கறதை இவங்க எல்லோரும் உறுதிப்படுத்தியிருக்காங்க. வினோத் சாம்பவியைத் தற்கொலைக்குத் தூண்டினாரா, அல்லது அவளை அவரே கொலை செய்துட்டாரா..."

ராஜேஷ் கண்ணாவின் முகத்தில் பீதி பரவியது.

"இதை க்ளியர் பண்ண ரெண்டே பேராலதான் முடியும். ஒருவர் சாம்பவி. இன்னொருவர், வினோத். சாம்பவி இப்போ இங்கே இருக்-காங்கன்னு நானும் உங்க எல்லாரோடும் நம்பறேன். ஆனா அவங்களால பதில் சொல்ல முடியாது. அதனால் நாம வினோத்தையே கேட்டுடு-வோமே!" என்ற தன்யா "போஸ்!" என்று குரல் கொடுத்தாள்.

போஸ் உள்ளே நுழைந்தான். அவன் பின்னால், இரு கான்ஸ்டபிள்-களுக்கு இடையில்... வினோத்!

41

பகுதி 9

"மிஸ்டர் வினோத் கண்ணா! இனி நீங்க பேசலாம். பேசுங்க-உண்மையை மட்டும்" என்றாள் தன்யா.

வினோத் மௌனமாக நின்றான்.

"சரி, நானே சொல்றேன்" என்றாள் தன்யா. "சாம்பவியும் வினோத்தும் காதலிச்சாங்க. அந்தக் காதலின் ஆழம் என்னன்னு எனக்குத் தெரியல. ஆனா ராஜேஷ் சாரால் வார்ன் பண்ணப்பட்ட சாம்பவி, வினோத்தைவிட்டு விலக முயன்றாள்ங்கறது உண்மை. வினோத் உடைஞ்சு போனான்னாலும் சுதாரிச்சுக்கிட்டு அப்பா சொன்னபடி ஹைதராபாத்துக்குப் புது வேலைக்காகப் புறப்பட்டான்.

"அங்கே போன அவனுக்கு ஷாக் காத்திருந்தது — சாம்பவி தற்கொலை பண்ணிக்கிட்ட ந்யூஸ்! அதோடு ஒரு கால் — இந்த விஷயத்தில் போலீஸ் வினோத்தைச் சந்தேகப்படறதா..."

"...இல்லை மேடம்" இடைமறித்தான் வினோத். "அப்படி இருந்திருந்தா நான் கவலைப்பட்டிருக்கவே மாட்டேன். என் அப்பாவைச் சந்தேகப்படறதா சொன்னாங்க. சாம்பவியை என் அப்பா விரும்பினதா போலீஸ் சந்தேகப்படுதுன்னு என்னென்னவோ..."

பளீரென்று தீச்சுட்டாற்போல் துடித்தார் ராஜேஷ்.

"என்னால் இதை நம்பமுடியல. ஆனா மனதிற்குள் ஒரு உறுத்தல். எங்க ரெண்டுபேரையும் அவர் பிரிச்சது, என்னை ஊருக்கு அனுப்பினது... நான் தலைமறைவா போயிட்டா, சந்தேகம் என் மேல திரும்பும்னும், அப்பாவை விட்டுடுவாங்கன்னும்..."

"...நீங்க நினைச்சீங்களா, அந்தக் கால் பேசினவங்க சொன்னாங்களா?"

"அவங்கதான் சொன்னாங்க. எனக்கும் அது சரின்னு பட்டது. அதான்..."

"தலைமறைவாகிட்டீங்க! அதுவும் எங்கே? சாம்பவியோட சொந்த ஊர்ல, மாதவி உதவியோட! அங்கே யார் உங்களைத் தேடப் போறாங்க? ஷியர் ஜீனியஸ்!" என்று வியந்தாள் தன்யா.

"எனக்கு மட்டும் சந்தேகம் தட்டியது. மாதவியோட நான் பேசியபோது, வினோத் மேல அவளுக்கு ஒரு ஸாஃப்ட் கார்னர் இருக்கறதைப் புரிஞ்சுக்கிட்டேன். அவளைப் பின்தொடர்ந்தா ஏதாவது தெரியலாம்னு நான் போஸ்க்கு க்ளூ கொடுத்தேன். ரெஸ்ட், போஸின் அருமையான வேலை" என்றாள் தர்ஷினி.

"தர்ஷினிக்கு மட்டுமே இதெல்லாம் ஸ்ட்ரைக் ஆகும்" என்றான் போஸ்.

"ஆக, நீங்க அன்று சென்னை வரவேயில்லையா, மிஸ்டர் வினோத்?" என்று கேட்டாள் தன்யா.

"இல்லை மேடம். ஆனா நான் அங்கே வந்ததா சந்தேகம் இருக்கறதா தெரிஞ்சுக்கிட்டேன்."

"வினோத்துக்குக் கால் பண்ணினதும் நீங்கதானே, மிஸ்டர் பஞ்சாபகேசன்?" என்று திடீரென்று அவர் பக்கம் திரும்பினாள் தன்யா.

"அய்யய்யோ! என் மேல இப்படியெல்லாம் பழிபோடாதேள்! ஏதோ ஒரு கால், அதுவும் நாம பார்த்ததைப் போலீஸில் சொல்லிடணும்னு பண்ணினேனே தவிர..."

"வினோத் தான் அன்றைக்கு வரவேயில்லையே, நீங்க என்ன பார்த்து என்ன போலீஸில் சொன்னீங்க சார்?" தன்யாவின் கேள்வியில் தகர்ந்தார் பஞ்சாபகேசன்.

"யாரோ உள்ளே போனாங்க. வினோத் மாதிரித்தான் தெரிஞ்சது" என்றார்.

"அது ஒருவேளை ஸ்ரீகுமாரா இருக்கலாம் இல்லையா? அவர் வந்ததா ஒப்புக் கொண்டிருக்காரே!" என்றாள் தர்ஷினி.

"ம்... இருக்கலாம். நான் பாட்டுக்கு வாயை மூடிண்டு இருந்திருக்கலாம். போன் பண்ணப் போக..."

"சார் உங்க கம்பெனில என்னவா இருக்கேள்னு தெரிஞ்சுக்கலாமா?" என்று கேட்டாள் தன்யா.

"என்ன திடீரென்று குழப்புகிறாள்?" என்ற பார்வை பார்த்துவிட்டு, "சுபா ஃபார்மஸில ஜெனரல் மானேஜரா இருக்கேன்" என்றார்.

"அவங்க சாம்பவி வேலைபார்த்த ஹாஸ்பிடலோட முக்கியமான மெடிசின் சப்ளையர், இல்லையா? உங்க கம்பெனி அவுட்லெட்கூட ஹாஸ்பிடலில் பார்த்திருக்கேன்" என்றாள் தன்யா.

"ஆமா."

"இப்போ அந்த ஹாஸ்பிடல்ல என்ன என்கொயரி நடக்கறது, போஸ்?"

"போலி மருந்துகள் சப்ளை" என்றான் போஸ்.

பஞ்சாபகேசன் நடுங்கினார். "ஹலோ, நான் ஃபார்மா கம்பெனியில் இருக்கறது உண்மைதான். ஆனா மெடிசின் செக்ஷன்ல இல்லை. மெடி-கல் டூல்ஸ் தான் என்னுடைய செக்ஷன்" என்றார்.

"அப்ப மெடிசினோடு சம்பந்தப்பட்ட யாராவதுதான் இதைச் செய்-திருக்கணும் இல்லையா? உதாரணத்துக்கு... அந்த ஹாஸ்பிடலிலேயே சப்ளை மானேஜரா இருக்கும் ஸ்ரீகுமார்?"

42

பகுதி 10

"வாட்?" என்று அதிர்ந்துபோய்க் கத்தினான் ஸ்ரீகுமார்.

"ரிலாக்ஸ், ஸ்ரீகுமார்! ஏன் டென்ஷன் ஆகறீங்க? இப்போ நீங்கதான் சாம்பவியைக் கொலை பண்ணிட்டீங்கன்னு நாங்க சொன்னோமா? ஒரு உதாரணத்துக்குச் சொன்னோம், அவ்வளவுதான்" என்று தன்யா சிரித்தாள்.

"அவர் ரொம்ப நல்ல உதாரணமாச்சே! இந்தப் போலி மருந்துகள் விஷயத்தில் அவருக்குச் சம்பந்தம் இருந்தா, அது அவருடைய அக்காவும், அதே ஹாஸ்பிடலில் வேலை செய்யறவளும் ஆன சாம்பவிக்குத் தெரிய சான்ஸ் இருக்கு இல்லையா?" என்றாள் தர்ஷினி.

"அது மட்டுமா? அன்று சாம்பவியைப் போய்ப் பார்த்ததா ஒத்துக்கற ஒரே நபர் அவர்தான்" என்றாள் தன்யா.

"நான் மாத்திரை கொடுக்கத்தான் போனேன்" என்றான் ஸ்ரீகுமார். அவனுக்கு வியர்த்துக் கொட்டியது.

"மாத்திரை கொடுக்கவா? எப்படி, ஒரே ஒரு மாத்திரை வாங்கிண்டு போனீங்களா? க்ரோசின் ஸ்ட்ரிப்பே அங்கே இல்லையே!" என்றாள் தர்ஷினி. "போலீஸ் ரெகார்ட்ஸை முழுவதும் நான் பார்த்துட்டேன்."

"இல்லை, இல்லை, இல்லவே இல்லை" என்று கத்தினான் ஸ்ரீகுமார். சிலீரென்று காமன் ஹால் ஜன்னல் கண்ணாடி உடைந்ததும் நடுங்கிப் போனான்.

"சொல்லுங்க ஸ்ரீகுமார். இனிமே மறைச்சுப் பிரயோஜனம் இல்லை" என்றான் தர்மா மிக அமைதியான குரலில். அதைக் கேட்டு ஏனோ

ஸ்ரீகுமார் மேலும் நடுங்கினான்.

"சொல்லிடறேன். வந்து... சுபா ஃபார்மஸில தயார் பண்ற போலி மருந்துகளை எங்க ஹாஸ்பிடல்ல வாங்கிட்டிருந்தாங்க. சப்ளைல இருக்கற நானும் அதைக் கண்டுக்கக் கூடாதுன்னு உத்தரவு. நான் பணிஞ்சேன்... ஒரு தடவை அதற்கான காம்பன்சேஷனைப் பர்ச்சேஸ் மானேஜர் கொண்டுவந்து கொடுத்தபோது சாம்பவி பார்த்துட்டா. என்ன விஷயம்னு துருவித்துருவிக் கேட்டுத் தெரிஞ்சுக்கிட்டா.

"நான் இந்த ராக்கெட்டை விட்டு வெளியே வந்து போலீஸில் சரண-டையலேன்னா, அவளே கம்ப்ளெயிண்ட் கொடுத்திடுவேன்னு மிரட்டினா. நான் சரின்னு சொல்லி அவளைச் சமாதானம் செஞ்சேன். ஆனா அவ வாயை மூட நேரம் பார்த்துக்கிட்டே இருந்தேன். அந்தப் பழியை வினோத் மேல போட்டுடணும்னும் முடிவு செஞ்சேன்.

"ஆனா சாம்பவி வினோத்தைவிட்டு விலக ஆரம்பிச்சா. வினோத்-தும் ஊருக்குப் போயிட்டான். இருந்தாலும் ஒரு சந்தர்ப்பம் கிடைச்சது, நாங்க எல்லோரும் வெளியே கிளம்ப இருந்தபோது சாம்பவி தலைவ-லியால வரலைன்னு சொல்லிட்டா. நான் திரும்பிப் போய் அவளை... முடிச்சுட்டு, எல்லோருடனும் சேர்ந்துக்கிட்டேன். போலீஸ் சாம்பவியோட மரணத்துக்குக் காரணம் ஹாஸ்பிடல்ல நடக்கற என்கொயரியான்னு சந்-தேகப்பட ஆரம்பிச்சதும் எனக்குப் பயம் வந்தது.

"எதிர்பாராதவிதமா ஒரு லக் அடிச்சது. நான் வீட்டுக்குள்ளே போகி-றதைப் பார்த்துட்ட பஞ்சாபகேசன் சார், யாரோ அன்று வீட்டுக்கு வந்-தாங்கன்னு என்னிடம் சொன்னார். அது வினோத் தான்னு அவர் மனதில் பதியவெச்சு, போலீஸ்க்கு ஃபோனும் பண்ணச் சொன்னேன். நான் நினைத்தபடியே போலீஸின் கவனம் வினோத் மேல விழுந்தது.

"வினோத் தன் அலிபியைச் சொன்னதும் போலீஸ் மறுபடி ஹாஸ்பி-டல் மேல கவனம் செலுத்த ஆரம்பிச்சாங்க. அதனால் நானே வினோத்-துக்குக் கால் பண்ணி அவனை மிரட்டி, தலைமறைவா போக வெச்சேன். போலீசும் அவனைத் தேடிக் கண்டுபிடிக்க முடியாம கேஸைக் க்ளோஸ் பண்ணிட்டாங்க.

"ஆனா பிரச்சனை வேறு மாதிரிப் போனது. சாம்பவி... ஆவியா என்னைப் பழிவாங்கத் திரும்பி வந்தா. இந்த வீட்டைவிட்டு அவளால வெளியே போக முடியலை. என்னை எதிர்பார்த்துக்கிட்டே இருந்தா. ஆனா அவளால பயமடைந்த ராஜேஷ் சார் உங்களை வரச் சொல்-

லிட்டார். உண்மையும் வெளியே வந்திருச்சு..."

மௌனம்.

தர்மா மெதுவாக அவனை நெருங்கினான். "சாம்பவி உனக்கு என்ன வேணும், ஸ்ரீகுமார்?" என்று கேட்டான்.

"அக்க்...கா" என்று குழறினான் ஸ்ரீகுமார்.

தர்மாவின் கண்களில் தெரிந்த அனலைக் கவனித்துப் போஸ் சட்-டென்று அவர்கள் நடுவில் நின்றுகொண்டான். ஸ்ரீகுமாரைக் கைது-செய்து அழைத்துப் போனான்.

"அடப்பாவி!" என்றார் பஞ்சாபகேசன், அங்கே இருப்போர் எல்லோ-ருடைய குரலாய்.

43

பகுதி 11

"ரொம்ப நன்றிம்மா. இனி சாம்பவி சாந்தமாயிடுவா" என்றார் ராஜேஷ் கண்ணா, நெகிழ்ந்தவராய்.

"கண்டிப்பா சாந்தமாயிடுவா. அவளை நடமாட வெச்சதே நீங்கதானே, ராஜேஷ் சார்?" என்று தன்யா குறும்பாகக் கேட்டாள்.

"என்னது?"

"ராஜேஷ் சார், இது உண்மையைச் சொல்லும் நேரம். நீங்க இத்தனை வருஷம் ஒரு டிவி சீரியல் தயாரிக்கும் கம்பெனில குமாஸ்தாவா இருக்கீங்கன்னு தெரிஞ்சதுமே இங்கே நடக்கிற ஆவி லீலைகளெல்லாம் உங்க தயாரிப்புதான்னு! அப்படியே இதை ஏன் செய்தீங்கன்னும் சொல்லிட்டீங்கன்னா..."

ராஜேஷ் தன் ஆரம்ப வழுக்கையைச் சொறிந்துகொண்டார். பேச ஆரம்பித்தார். "சாம்பவி மேல நான் என் உயிரையே வெச்சிருந்தேன். மத்தவங்க நினைக்கற மாதிரி எந்தத் தப்பான நோக்கமும் கிடையாது — என் மகளாத்தான் நினைச்சிருந்தேன். திடீர்னு அவ இறந்துபோனதும் என்னால் தாங்கவே முடியல. அவ மரணத்துக்கான காரணத்தைத் தெரிஞ்சுக்கணும்னு தவிச்சேன். போலீஸைக் கேட்டுக்கிட்டே இருந்தேன். போலீஸ் இந்தக் கேஸைக் க்ளோஸ் பண்ணிட்டாங்க. என் மகன் மேலிருக்கற குற்றத்தை நிரூபிக்க முடியலைங்கறதாலும், அவன் எங்கேன்னு எனக்கு உண்மையிலேயே தெரியாததாலும், அவன் மேல சந்தேகம் திரும்பியிருக்கற விஷயத்தைப் போலீஸ் என்னிடம் சொல்லவே இல்லை... ஒருவேளை அவன் என்னோடு தொடர்பில் இருந்தா, விஷ-

யம் தெரியாம வெளியே வருவான்னு நினைச்சிருக்கலாம்."

"ஆஸ்பத்திரி விஷயம் சாம்பவியே என் கிட்ட மறைமுகமா ஒருதரம் சொன்னா. ஸ்ரீகுமாரைப் பற்றி எதுவும் சொல்லல.

"ஆஸ்பத்திரி மாதிரி ஒரு பெரிய அமைப்போட என்னால் மோத முடியாது. உங்களைக் கூப்பிட முடிவு செய்தேன். ஆனா ஆஸ்பத்திரிக்கு எதிரா நான் புகார் பண்ணினதா இருக்க வேணாம்னு... அதோட சாம்பவியோட ஆவி உண்மைகளை உங்ககிட்டச் சொல்லிடக் கூடா-துன்னு நினைச்சு அவங்க வெளியே வருவாங்கன்னும் நினைச்சேன். என் மனைவியும் எனக்கு ஒத்துழைச்சா.

"ஆனா வினோத் மேலச் சந்தேகம் திரும்பியிருக்குன்னு உங்கமூலமா தெரிஞ்சதும், அவன் தான் சாம்பவியைக் கொன்னுட்டானோன்னு பயந்-துட்டேன். உங்களை வெளியேற்றிட்டா போதும்னு நினைச்சுட்டேன்!"

"அங்கே வினோத் நீங்க சாம்பவியைக் கொன்னுட்டதா பயந்திருக்-கான்! ஒருத்தருக்கொருத்தர் ஓப்பனா பேசியிருந்தா, இந்தக் குழப்பங்-கள் தீர்ந்திருக்கும். என்ன காரணத்தாலோ அதற்கு இந்த ஜெனரேஷன் தயங்கறாங்க" என்றாள் தர்ஷினி.

"போன ஜெனரேஷன் என்ன வாழ்ந்தது?" என்றார் பஞ்சாபகேசன். "என்னையும்தான் சொல்லிக்கறேன். பாருங்கோ, நான் அனானிமஸ் கால் பண்ணினது, என் மேலேயே சந்தேகப்படும்படி ஆயுடுத்து! ஆனா, சும்மா சொல்லக்கூடாது, அருமையா இந்த வழக்கைத் துப்பறிஞ்சு கண்-டுபிடிச்ச உங்களை எவ்வளவு பாராட்டினாலும் தகும்" என்றார்.

"இல்லை சார். இன்னும் சீக்கிரமே நாங்க கண்டுபிடிச்சிருக்கலாம். மாதவி சொன்னதில் இருந்த முரண்பாட்டை நான் கவனிச்சாலும், ஸ்ரீ-குமார் மேல எனக்குச் சந்தேகம் வரல. ராஜேஷ் சார் தான் இந்த ஆவி ஏற்பாட்டைச் செய்திருக்கிறார்னு தெரிஞ்சாலும், வினோத்தைக் காப்பாற்றத்தான் அவர் ஏதோ செய்யறார்னு நினைச்சுட்டோம்! அவ்-வளவு அற்புதமா அவரைச் சுற்றியும் வினோத்தைச் சுற்றியும் வலை பின்னப்பட்டிருந்தது. தர்மா என்ற ஒற்றை மனிதனுடைய இண்டியூஷன் இல்லேன்னா, வினோத்தைவிட்டுச் சந்தேகம் அகன்றிருக்கச் சான்ஸே இல்லை.

"அவன்தான் ராஜேஷ் சார் நடிக்கல, தன்னுடைய மகனுடைய இன்-வால்வ்மெண்ட் பற்றி அவருக்கு எதுவும் தெரியாதுன்னு அழுத்தமா சொன்னான். பூடகமா இன்னொண்ணும் சொன்னான் — எல்லா ஆங்-

கிளையும் பாருங்க, வினோத் இல்லேன்னா யாருன்னும் யோசிங்கன்னு! அப்படி யோசித்தபோது வினோத் சீனில் வருவதற்கு முன்னால் சாம்பவி வேலை பார்த்த ஆஸ்பத்திரியின் மீது சந்தேகம் இருந்தது தெரிஞ்சது. அந்தப் புள்ளியிலிருந்து பஞ்சாபகேசன், ஸ்ரீகுமார் என்று எல்லோரையும் ரீச் பண்ண முடிந்தது" என்று முடித்தாள் தன்யா.

எல்லோரும் தர்மாவைப் பார்த்தார்கள். அவன் வெட்கத்துடன் சிரித்-தான். "துப்பறியறது எல்லாம் இவங்க ரெண்டுபேரும். அப்ரிசியேஷன் எனக்கா? நான் ஏதாவது சொல்வேன், இவங்களுக்குப் பொறி தட்டிடும். செய்ய வேண்டியது எல்லாம் செஞ்சிட்டு என்னைப் புகழ்ந்து தள்ளிடு-வாங்க.

"கடவுளோட அருள், இங்கே எல்லாம் நல்லபடியா முடிஞ்சது. ராஜேஷ் சார், நீங்க ஆவி மாதிரி செட்டப் செய்திருந்தாலும், சாம்பவி-யோட ஆத்மா இத்தனைநாள் இங்கேதான் நிம்மதியில்லாம அலைஞ்சி-ருக்கு, இப்போ அதுக்கு அமைதி கிடைச்சிருக்குன்னு நான் நம்பறேன். இதைக் கொண்டாட வேண்டாமா? ஸ்வீட், காரம், காப்பி சொல்லுங்க எல்லோருக்கும்! ஜெயா டிஃபன் செண்டரிலிருந்து!" என்றான் சந்தோ-ஷமாய்.

"இதோ, உடனே ஏற்பாடு பண்றேன். ஜெயா கொண்டு வருவா" என்றார் ராஜேஷ்.

"அவங்களைப் பார்க்கணும் சார். ஸ்டெர்லிங் லேடி" என்றாள் தன்யா.

"கண்டிப்பா பார்க்கணும். அவங்க காலில் விழுந்து நமஸ்காரம் பண்-ணணும்" என்றான் தர்மா.

(முற்றும்)

Printed by Libri Plureos GmbH in Hamburg,
Germany